Nghệ thuật làm bánh mì Ý

100 Công thức nấu ăn ngon để làm chủ nghệ thuật nướng bánh mì theo truyền thống của Ý. Mang hương vị Ý đến ngôi nhà của bạn với công thức làm bánh mì đơn giản và đích thực của chúng tôi

Sa Uyên

Tài liệu bản quyền ©2023

Đã đăng ký Bản quyền

Nếu không có sự đồng ý bằng văn bản của nhà xuất bản và chủ sở hữu bản quyền, cuốn sách của anh ta không thể được sử dụng hoặc phân phối dưới bất kỳ hình thức, hình thức hoặc hình thức nào, ngoại trừ các trích dẫn ngắn được sử dụng trong bài đánh giá. Cuốn sách này không nên được coi là tài liệu thay thế cho các lời khuyên về y tế, luật pháp hoặc chuyên môn khác.

Sommario
GIỚI THIỆU 9
GRISSINO 11
   1. bánh mì que 12
   2. bánh mì măng tây 14
   3. bánh mì Ý 16
   4. bánh mì kẹp xúc xích 18
BÁNH MÌ PITA 20
   5. Pita cơ bản 21
   6. Bánh mì bỏ túi Pita 23
   7. bánh mì thịt bò 25
   8. Bánh mì Pita vàng 28
   9. Pita Hy Lạp tự làm 30
   10. Túi pita thịt bò và rau bina 33
   11. bánh mì thịt bò 35
   12. Pizza rabe bông cải xanh và đậu xanh 38
   13. Pitas gà kiểu Cajun 40
   14. Confetti pita lọn tóc 42
   15. Pita Ý kem 44
   16. Pita gà cà ri 46
   17. Pizza pita cà chua khô 48
   18. Gar l ic pita 50
   19. Pita rau xanh, thảo mộc & trứng 52
   20. Túi pita Presto 54
   21. Cà tím nướng với bánh mì pita và mè 56
   22. Pitas gà tây và cải xoong hun khói 58

23. Pita hải sản 60
24. Pita pizza với ô liu xanh 62
25. Hộp Cơm Pita Pizza 64
26. Pizza Pita kiểu Hy Lạp 66
27. Pita Pizza Pita Atisô & Prosciutto 68
28. Veggie Seitan Pita bỏ túi 70
29. Gà Caesar Pita Sandwiches 72

COPPIA FERRARESE 73
30. bánh mì nướng 74
31. Coppia Ferrarese với mật ong 76

PIADINA ROMAGNOLA 79
32. Piadina Romagnola 80
33. Thổ Nhĩ Kỳ cotolette alla romagnola 82
34. Bánh mì dẹt phô mai và thảo mộc 84
35. Bánh mì ngô giòn 86

BẢNG AL FARRO 88
36. Khung cơ bản Al Farro 89
37. Sourdough đánh vần 92
38. Cơm Gail và bánh mì làm từ bột mì 94
39. bánh mì men đánh vần 96
40. Bánh mì đánh vần với cam 98
41. bột chua khoai tây 100
42. bánh mì Olive 102
43. bánh mì nông dân 104
44. bánh mì hạt dẻ 106
45. Bánh mì ngọt 108

FOCACCIA 110
  46. Bánh mì dẹt kiểu Ý (focaccia) 111
  47. táo focaccia 113
  48. focaccia cơ bản 116
  49. focaccia xoắn ốc húng quế 119
  50. máy làm bánh mì focaccia 122
  51. phô mai focaccia 124
  52. focaccia thảo mộc dễ dàng 126
  53. Focaccia-chay 128
  54. Focaccia hành tây thảo mộc 130
  55. táo focaccia 132
  56. focaccia xoắn ốc húng quế 135
  57. phô mai focaccia 138

BÁNH MÌ 140
  58. **Chong chóng phô mai xanh** 141
  59. Chong chóng rau chân vịt 143
  60. Pesto phô mai và chong chóng ô liu 145
  61. Chong chóng Parmesan và Pesto 147
  62. Chong chóng rau bina mặn 149
  63. Chong chóng kem phô mai sô cô la 151
  64. Chong chóng Pimento kem phô mai 153
  65. Chong chóng Pizza phô mai 155
  66. Choesy Mushroom Puff Pastry Chong Chóng 157
  67. Bánh quy chong chóng hạt chà là 160
  68. Parsley quả óc chó chong chóng 162
  69. Chong chóng khoai tây đậu phộng 165

70. Chong chóng dừa sô cô la 167
71. chong chóng hồ đào cay 169
72. Chong chóng bí ngô và hạt 171
73. Chong chóng sô cô la bạc hà 174
74. Bánh cuốn thảo mộc 176
75. Chong chóng hương thảo Parmesan 178
76. Chong chóng cà chua phơi nắng 180
77. Bánh mì quế 182
78. Chong chóng hình cay và quả óc chó 186

PIZZA 189

79. Pizza Bốn Mùa/Quattro Stagioni 190
80. Alsatian Tarte Flambé 192
81. Pizza pepperoni húng quế vườn 194
82. Pizza Bò Nấm 196
83. Pizza kem 198
84. Pizza tối thứ năm 200
85. Pizza thịt viên 202
86. Prosciutto và Arugula Pizza 204
87. Pizza cho lễ Phục sinh 206
88. bánh pizza ăn sáng 208
89. Pizza trắng nướng với Soppressata 210
90. Pizza Muffuletta 212
91. Pizza kiểu Ý nóng hổi 214
92. Lorraine Pizza 216
93. Picadillo Pizza 218
94. Pizza gà Buffalo kiểu Ý 220

95. Vườn Pizza Tươi 222

96. Roma Fontina Pizza 224

97. Fig, Taleggio và bánh pizza radicchio 226

98. Marinara, rau arugula và bánh pizza chanh 228

99. Pizza bốn pho mát/Quattro formaggi 230

100. bánh pizza melanzan 232

PHẦN KẾT LUẬN 234

GIỚI THIỆU

Bánh mì Ý là một sản phẩm nướng bằng lò sưởi được men bằng men làm bánh thương mại hoặc dựa trên bột chua. Nó thường được đặc trưng bởi lớp vỏ cứng, miếng bánh dai và cấu trúc tế bào (hạt) độc đáo.

Bánh mì Ý theo truyền thống được sản xuất với các ưu tiên, chẳng hạn như hệ thống biga và bột chua. Những người thợ làm bánh Ý luôn được biết đến với kỹ thuật làm bánh độc đáo và niềm đam mê với nghệ thuật và nghề làm bánh mì. Một số thế hệ gia đình đã liên tục sử dụng các hệ thống bột chua đã được cung cấp trong nhiều thập kỷ, thậm chí nhiều thế kỷ.

Cuốn sách dạy nấu ăn này là hướng dẫn cơ bản để nướng bánh mì Ý tại nhà. Với 100 công thức nấu ăn lạ miệng, bao gồm các món kinh điển như ciabatta, focaccia và pane di casa, cũng như các loại bánh mì độc đáo hơn như bánh mì ô liu và hương thảo và focaccia hành tây, bạn sẽ tìm thấy công thức cho mọi dị p. Mỗi công thức được kèm theo hình ảnh đẹp, đầy màu sắc để truyền cảm hứng và hướng dẫn bạn trong quá trình làm bánh

Từ những bước khởi đầu bằng bột chua truyền thống đến lớp vỏ bánh và vụn bánh mì hoàn hảo, cuốn sách này trình bày mọi thứ bạn cần biết để thành thạo nghệ thuật nướng bánh mì Ý. Với hướng dẫn từng bước và mẹo hữu ích, ngay cả những người mới làm bánh cũng có thể đạt được kết quả ở cấp độ chuyên nghiệp

GRISSINO

1. bánh mì que

Thực hiện: 6 phần ăn

THÀNH PHẦN:
- 1 ổ bánh mì Pháp, (8 ounce)
- 1 muỗng canh dầu ô liu
- 1 tép tỏi, giảm một nửa
- $\frac{3}{4}$ muỗng cà phê oregano khô
- $\frac{3}{4}$ muỗng cà phê húng quế khô
- $\frac{1}{8}$ muỗng cà phê muối

HƯỚNG DẪN

a) Cắt bánh mì làm đôi theo chiều ngang và cắt đôi từng miếng theo chiều ngang.

b) Chải đều dầu lên các mặt đã cắt của bánh mì; xát với tỏi. Rắc oregano, húng quế và muối lên bánh mì. Cắt mỗi miếng bánh mì theo chiều dọc thành 3 que.

c) Đặt que bánh mì lên khay nướng; nướng ở 300 độ trong 25 phút hoặc cho đến khi giòn. Làm: 1 tá (khẩu phần: 2 bánh mì que).

2. bánh mì măng tây

Thực hiện: 18 phần ăn

THÀNH PHẦN:
- 2 ổ bánh mì
- 1 lòng trắng trứng lớn
- ¼ chén phô mai Parmesan nạo
- 1 muỗng cà phê lá tarragon khô
- 1 thìa cà phê thì là khô

HƯỚNG DẪN:
a) Đặt các ổ bánh mì lên khay đã rắc bột mì và vỗ tùng ổ bánh mì thành hình chữ nhật 5x10 inch. Dùng màng bọc

thực phẩm bọc nhẹ lại và để cho đến khi phồng lên, từ 45 phút đến 1 giờ.

b) Cắt ngang từng ổ bánh mì thành 9 miếng bằng nhau.

c) Nhặt các đầu của từng miếng và kéo căng nó theo chiều dài của khay nướng đã bôi mỡ 12x15 inch và đặt lên chảo; nếu bột bị vón lại, hãy để bột nghỉ vài phút rồi lại kéo căng.

d) Lặp lại để tạo thành từng que, cách nhau khoảng $1\frac{1}{2}$ inch.

e) Với kéo ở góc 45 ', cắt bột để tạo các vết cắt cách nhau khoảng $\frac{1}{2}$" dọc theo khoảng 4" ở 1 đầu của mỗi que.

3. bánh mì Ý

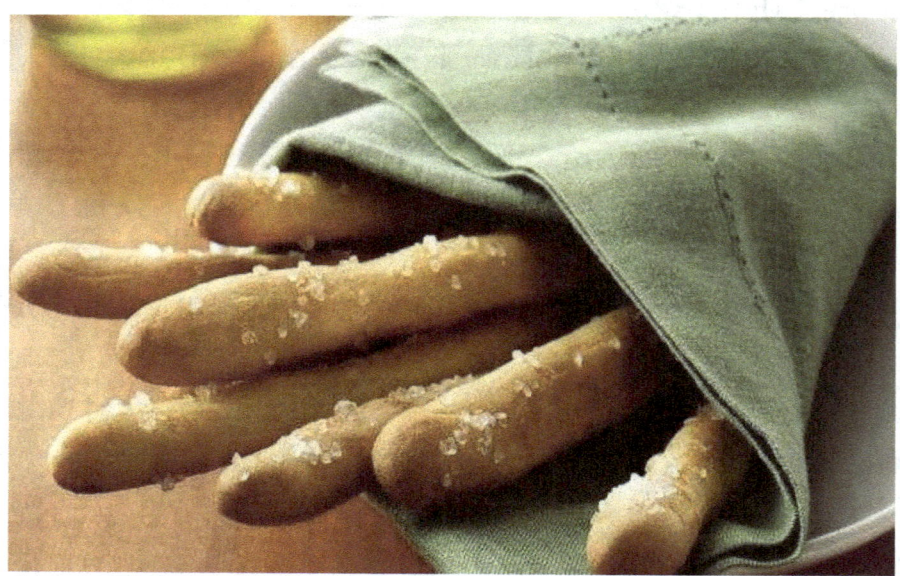

Thực hiện: 8 phần ăn

THÀNH PHẦN:
- ½ chén bơ
- ¼ cốc Parmesan, nạo
- 1 thìa cafe muối tỏi
- 1 muỗng canh hẹ, xắt nhỏ
- ½ muỗng cà phê húng quế, khô
- 11 ounce Bánh mì que, đóng hộp

HƯỚNG DẪN

a) Làm mềm bơ. Làm nóng lò ở nhiệt độ 350. Kết hợp tất cả các thành phần trừ bánh mì que; trộn đều. Tách bột thành 1 phần mỗi khẩu phần.

b) Bỏ bột; cắt mỗi dải làm đôi. Đặt bột trên tấm cookie theo hướng dẫn gói. Phết nhẹ với hỗn hợp bơ.

c) Nướng trong 15-18 phút, hoặc cho đến khi có màu nâu nhạt. Phục vụ với hỗn hợp bơ còn lại.

d) Đánh lòng trắng trứng cho đến khi sủi bọt nhẹ; chải nhẹ bột bằng lòng trắng trứng. Trộn phô mai, ngải giấm và thì là. Rắc đều lên bột.

e) Nướng trong lò nướng 350' cho đến khi bánh mì chín vàng, 20-25 phút.

f) Chuyển bánh mì que vào giá đỡ.

g) Phục vụ ấm hoặc mát. Nếu bạn làm que trước, hãy để nguội, gói kín và giữ tối đa 4 giờ hoặc đông lạnh. Để làm giòn, nướng bánh mì que (đã rã đông, nếu đông lạnh), không đậy nắp, trên chảo trong lò nướng 350' cho đến khi ấm, khoảng 5 phút.

4. bánh mì kẹp xúc xích

Thực hiện: 12 phần ăn

THÀNH PHẦN:
- 2 chén Bisquick hỗn hợp nướng ban đầu
- ½ cốc Nước lạnh
- ½ chén pepperoni xắt nhỏ (khoảng 2 ounce)
- ½ thanh bơ thực vật hoặc bơ, tan chảy
- 1 muỗng canh phô mai Parmesan nạo
- 1 chén nước sốt Pizza

HƯỚNG DẪN

a) NÓNG lò nướng đến 425 độ. Trộn hỗn hợp làm bánh, nước lạnh và pepperoni cho đến khi tạo thành bột nhão; đánh 20 gậy. Lật bột lên bề mặt đã được rắc hỗn hợp nướng; nhẹ nhàng cuộn trong hỗn hợp nướng để phủ. Nhào 5 lần.

LĂN bột thành hình vuông 10 inch. Cắt một nửa. Cắt mỗi nửa theo chiều ngang thành 14 dải. Xoắn các đầu của dải theo hướng ngược lại. Đặt trên tấm bánh quy không bôi mỡ, ấn các đầu vào tấm bánh quy để buộc chặt. Chải rộng rãi với bơ thực vật. Rắc phô mai.

b) NƯỚNG từ 10 đến 12 phút hoặc cho đến khi có màu vàng nâu nhạt. Đun nước sốt pizza cho đến khi nóng. Nhúng bánh mì vào sốt pizza. Khoảng 28 cái bánh mì.

BÁNH MÌ PITA

5. Pita cơ bản

Làm cho: 24 pita nhỏ

THÀNH PHẦN:
- 2 cốc Nước ấm
- 2 muỗng canh men
- ½ muỗng cà phê Đường
- 2 muỗng cà phê muối
- 5 chén bột mì trắng

HƯỚNG DẪN:
a) Đổ nước vào tô lớn và thêm men. Khuấy và thêm đường và muối. Dần dần thêm bột, khuấy liên tục cho đến khi hỗn hợp mịn. Dùng tay cho thêm ½ chén bột mì nữa, vừa nhào vừa nhào cho đến khi bột không còn dính tay. Nhào trên bảng thêm 5 phút nữa.

b) Nặn bột thành hình chữ nhật. Cắt nó làm đôi, theo chiều dọc và chia thành 24 phần (hoặc làm 12 quả pita lớn). Định hình từng phần thành một quả bóng mịn và đặt từng quả bóng lên một bề mặt có rắc bột mì. Che phủ bằng một miếng vải ẩm. Nhấn từng quả bóng phẳng. Dùng cây cán bột, lăn từng viên bột từ giữa ra ngoài, xoay bột $\frac{1}{4}$ vòng mỗi cuộn.

c) Một chiếc pita nhỏ phải có đường kính từ 5 đến $5\frac{1}{2}$ inch và dày $\frac{1}{4}$ inch. (Những cái lớn phải có đường kính 8 inch). Lật bánh pita lên và làm phẳng mọi nếp nhăn.

d) 15 phút trước khi bánh nở xong, làm nóng lò ở nhiệt độ 500F và làm ấm khay nướng không phết dầu mỡ. Khi từng ổ bánh được cuộn lại, đặt nó lên một bề mặt đã được rắc bột mì, phủ một chiếc khăn sạch khô và để bột nở trong 30 đến 45 phút. Đặt pitas trên tấm nướng nóng.

e) Nướng trên giá dưới cùng của lò nướng cho đến khi phồng lên và có màu vàng nhạt ở đáy, khoảng 4 phút đối với khay nhỏ và 3 phút rưỡi đối với khay lớn. Nếu muốn, lật pita sang màu nâu ở phía bên kia.

f) Lấy ra khỏi lò, bọc trong khăn khô cho đến khi đủ nguội để cầm.

g) Thưởng thức khi còn nóng hoặc ở nhiệt độ phòng.

6. Bánh mì bỏ túi Pita

Làm cho: 8 phần ăn

THÀNH PHẦN:
- $\frac{3}{4}$ chén nước ấm
- 1 gói Men khô
- 1 muỗng canh Đường
- $2\frac{3}{4}$ cốc bột mì
- 1 muỗng cà phê muối
- 1 muỗng cà phê Rau. dầu

HƯỚNG DẪN:
a) Kết hợp $\frac{1}{4}$ c nước, men và đường. Khuấy để hòa tan men và để yên cho đến khi sủi bọt, khoảng 5 phút. Bộ xử lý phù hợp với lưỡi thép.
b) Đong bột, muối và dầu vào bát làm việc. Bật/tắt quá trình để trộn.

c) Thêm hỗn hợp men vào hỗn hợp bột. Xử lý cho đến khi trộn đều, khoảng 10 giây. Bật bộ xử lý và nhỏ rất từ từ lượng nước còn lại vừa đủ qua ống cấp vào hỗn hợp bột để bột tạo thành một quả bóng làm sạch các thành bát. Xử lý cho đến khi quả bóng quay quanh bát khoảng 25 lần. Tắt bộ xử lý và để bột đứng trong 1-2 phút.

d) Bật bộ xử lý và nhỏ dần lượng nước còn lại vào để bột mềm, mịn và bóng nhưng không dính. Xử lý cho đến khi bột quay quanh bát khoảng 15 lần. Để bột đứng, đậy nắp, trong bát làm việc ở nhiệt độ rm. nhiệt độ. cho đến khi tăng gần gấp đôi, 45-60 phút. Quá trình bật/tắt để đấm xuống. Xoay bột lên bề mặt bột nhẹ. Chia bột thành 8 phần bằng nhau. Định hình từng phần thành một quả bóng. Lăn từng phần thành hình tròn có đường kính 6 inch và đặt trên tấm bánh quy đã được tráng bột, không bôi mỡ. Đậy lỏng bằng màng bọc thực phẩm và để ở nơi ấm áp cho đến khi gần gấp đôi, khoảng 45 phút. Làm nóng lò nướng đến 500 độ.

e) Nướng cho đến khi có màu nâu nhạt và phồng lên, 5-7 phút. Lấy ra khỏi tấm cookie và đặt trên khăn giấy. Mát mẻ.

7. bánh mì thịt bò

Thực hiện: 12 phần ăn

THÀNH PHẦN:
- 2 pound thịt bò xay
- 1 củ hành vừa, xắt nhỏ
- 4 tép tỏi, băm nhỏ
- ½ pound Nấm tươi, thái lát
- 1 lá nguyệt quế
- 1¼ muỗng cà phê muối
- ½ muỗng cà phê ớt bột
- ½ muỗng cà phê bột thì là
- ¼ muỗng cà phê quế
- 8 ounce nước sốt cà chua
- Nhánh mùi tây
- 12 quả cà chua bi
- ⅓ cốc rượu vang đỏ hoặc rượu vang hồng

- 1 quả trứng
- 8 ounce kem phô mai, làm mềm
- 1 chén Phô mai kem
- ½ chén Phô mai Feta vụn
- ½ chén bơ không ướp muối, tan chảy
- 8 ounce Lá Phyllo
- ¼ chén vụn bánh mì khô
- Kabob trái cây tươi

HƯỚNG DẪN:

a) Cho thịt bò xay, hành tây và tỏi vào chảo lớn; nấu, khuấy thường xuyên cho đến khi thịt bò mất màu hồng. Đổ nhỏ giọt.

b) Thêm nấm, lá nguyệt quế, muối, bột ớt, bột thì là và quế; nấu, khuấy thường xuyên, cho đến khi nấm mềm khoảng 5 phút. Khuấy nước sốt cà chua và rượu vang; nấu, đậy nắp, 10 phút, thỉnh thoảng khuấy.

c) Loại bỏ lá nguyệt quế. Để nguội trong khi chuẩn bị nhân phô mai. Kết hợp trứng và phô mai kem trong bát vừa, đánh bằng máy trộn điện cho đến khi mịn.

d) Khuấy pho mát và pho mát feta và trộn. Chải chảo nướng 13 x 9 inch bằng bơ tan chảy. Lót chảo với 1 tấm bánh ngọt, lắp bánh ngọt vào đường viền của chảo. (Bánh ngọt sẽ tràn ra ngoài các cạnh của chảo.) Phết bơ lên bánh ngọt. Thêm 3 lớp bánh ngọt nữa, phết bơ lên từng lớp.

e) Rắc đều vụn bánh mì lên trên. Xếp ⅕ lớp nhân thịt lên trên vụn bánh mì và ⅕ lớp phô mai lên trên thịt. Đặt 1 tấm bánh ngọt lên trên lớp nhân phô mai, vo lại cho vừa với kích thước bên trong chảo; phết bơ và phủ ⅕ lớp thịt và ⅕ lớp nhân phô mai.

f) Lặp lại với 3 tấm bánh ngọt khác, làm nhăn từng tấm, phết bơ và phủ nhân lên trên. Xoay phần dưới cùng của bánh ngọt lên trên phần nhân. Đặt 8 tấm bánh ngọt còn lại lên trên một cách trơn tru, phết bơ lên từng tấm.

g) Sử dụng thìa, nhét các tấm bánh ngọt trên cùng xung quanh các cạnh bên trong của chảo. Dùng dao sắc, khía nhẹ một nửa theo chiều dọc và một nửa theo chiều ngang. (Không cắt ngang.) Nướng trong lò nướng vừa phải (350 độ F.) 1 giờ hoặc cho đến khi mặt trên có màu vàng nâu. Để nguội ít nhất 10 phút trước khi cắt dọc theo các đường đã ghi. Đặt một quả cà chua bi trên mỗi 12 miếng gỗ nhỏ và chèn miếng chọn vào giữa mỗi phần ăn.

h) Trang trí với mùi tây. Trang trí các phần ăn riêng lẻ với kabobs trái cây tươi, nếu muốn.

8. Bánh mì Pita vàng

Làm 8 pita

THÀNH PHẦN:

- 3 cốc (360g) Bột mì đa dụng không tẩy trắng King Arthur
- 2 muỗng cà phê men ăn liền
- 2 muỗng cà phê Bột cuộn dễ dàng
- 2 muỗng cà phê đường cát
- 1 ½ thìa cà phê (9g) muối
- 1 cốc (227g) nước
- 2 muỗng canh (25g) dầu thực vật

HƯỚNG DẪN:

a) Cân bột của bạn; hoặc nó bằng cách nhẹ nhàng múc nó vào cốc, sau đó quét sạch mọi phần thừa. Kết hợp bột với phần còn lại của các thành phần, trộn để tạo thành một loại bột xù xì / thô.

b) Nhào bột bằng tay (10 phút) hoặc bằng máy trộn (5 phút) hoặc bằng máy làm bánh mì (đặt ở chu trình nhào bột) cho đến khi bột mịn.

c) Đặt bột vào một cái bát có bôi mỡ nhẹ và để bột nghỉ trong 1 giờ; nó sẽ trở nên khá sưng húp, mặc dù nó có thể không tăng gấp đôi với số lượng lớn. Nếu bạn đã sử dụng máy làm bánh mì, chỉ cần để máy hoàn thành chu trình của nó.

d) Xoay bột lên một bề mặt làm việc có bôi dầu nhẹ và chia thành 8 phần.

9. Pita Hy Lạp tự làm

THÀNH PHẦN:
- 1 muỗng cà phê đường cát
- Hai gói ¼ ounce men khô hoạt tính
- 3 chén bột mì đa dụng chưa tẩy trắng; nhiều hơn để phủi bụi
- 3 chén bột mì nguyên cám
- 2 thìa cà phê kosher hoặc muối biển; nhiều hơn để rắc
- ⅓ cốc cộng với 2 Tbs. dầu ô liu siêu nguyên chất

HƯỚNG DẪN:
a) Làm bột: Trong một dung dịch lỏng, khuấy đường vào 1 cốc nước ấm. Khuấy men và đặt sang một bên cho đến khi men nổi bọt, 5 đến 10 phút.

b) Trong bát của máy trộn đứng, khuấy đều cả bột và muối. Tạo một cái giếng ở giữa và đổ hỗn hợp men, ⅓ cốc dầu và 1 cốc nước ấm vào giếng.

c) Trộn với móc trộn bột ở tốc độ thấp cho đến khi bột trở nên mịn và đàn hồi và tập trung xung quanh móc câu, từ 4 đến 5 phút.

d) Dùng tay nặn bột thành hình tròn. Lau sạch tô trộn và cho bột trở lại tô. Rắc bột với 2 Tbs còn lại. dầu và lật bột để phủ nhẹ khắp nơi.

e) Dùng khăn vải đậy lại, để chỗ ấm cho nở gấp đôi, khoảng 1 tiếng.

f) Nhẹ nhàng dùng tay làm xẹp bột, đậy nắp và để bột nghỉ trong 20 phút.

g) Định hình pitas: Xoay bột ra một quầy bột nhẹ. Chia bột thành 12 phần bằng nhau, mỗi phần khoảng $3-\frac{3}{4}$ ounce.

h) Nặn từng miếng thành một quả bóng thô và sau đó đặt từng quả bóng lên phần quầy chưa rắc bột, úp bàn tay của bạn lên trên và nhanh chóng xoay tay trên khối bột. Miễn là bột hơi dính vào quầy, chuyển động này sẽ tạo hình bột thành một quả bóng tròn đều và chặt.

i) Trên phần bột của quầy, cuộn từng miếng thành hình tròn dày $\frac{1}{8}$ inch có chiều ngang khoảng 7 inch. Khi bạn hoàn thành mỗi vòng, hãy đặt nó sang một bên trên một bề mặt có rắc bột nhẹ.

j) Khi tất cả bột đã được cán xong, hãy phủ (hoặc hai) miếng vải ẩm lên các viên bột và để bột nghỉ lại trong khoảng 1 giờ - chúng sẽ hơi phồng lên một chút nhưng không nở gấp đôi.

k) Trong khi đó, đặt một cái giá ở đáy lò và làm nóng lò ở nhiệt độ 500°F.

l) Nướng bánh pitas: Rắc nhẹ muối lên các viên bột. Sắp xếp bao nhiêu viên tròn vừa vặn mà không chồng lên nhau trên khay nướng không có viền, không bôi dầu mỡ và nướng cho đến khi bánh pitas bắt đầu chuyển sang màu vàng ở mặt trên, từ 5 đến 6 phút. Khi mỗi mẻ ra khỏi lò, hãy xếp pitas cao 3 hoặc 4 và bọc trong khăn bếp sạch.

m) Phục vụ ngay lập tức hoặc để nguội đến nhiệt độ phòng. Được bọc kỹ, chúng sẽ giữ được 3 ngày trong tủ lạnh hoặc 6 tháng trong tủ đông. Hâm nóng lại trong lò ấm để làm mềm trước khi ăn.

10. Túi pita thịt bò và rau bina

Thực hiện: 4 phần ăn

THÀNH PHẦN:
- 1 pound Vòng đất
- 3 tép tỏi; băm nhỏ
- ½ muỗng cà phê ớt đỏ nghiền
- 3 chén Lá rau bina; băm nhỏ
- ½ muỗng cà phê thì là
- ½ thìa cà phê rau mùi xay
- ¼ thìa cà phê gừng xay
- ¼ muỗng cà phê muối
- 12 lá rau bina
- 2 bánh mì pita; lúa mì nguyên hạt, giảm một nửa
- ¼ cốc Kem chua; hoặc sữa chua nguyên chất

- $\frac{1}{4}$ muỗng cà phê bột cà ri

HƯỚNG DẪN:

a) Trong chảo lớn, kết hợp 3 thành phần đầu tiên.

b) Nấu trên lửa vừa cho đến khi chín vàng, khuấy đều để làm vụn thịt bò. Trong một cái chảo, làm nóng từ từ gia vị trong bơ. Xả thịt bò.

c) Lau khô chảo bằng khăn giấy. Cho hỗn hợp thịt bò trở lại chảo; thêm rau bina xắt nhỏ, gia vị và muối; khuấy đều.

d) Đậy nắp và nấu trên lửa vừa trong 5 phút hoặc chỉ cho đến khi rau bina héo; loại bỏ nhiệt.

e) Lót từng nửa pita bằng lá rau bina. Thìa $\frac{1}{2}$ chén hỗn hợp thịt bò vào mỗi nửa pita. Trộn kem chua hoặc sữa chua với bột cà ri.

f) Trên cùng mỗi nửa pita với 1 muỗng canh kem chua hoặc sữa chua.

11. bánh mì thịt bò

Thực hiện: 12 phần ăn

THÀNH PHẦN:
- 2 pound thịt bò xay
- 1 củ hành vừa, xắt nhỏ
- 4 tép tỏi, băm nhỏ
- ½ pound Nấm tươi, thái lát
- 1 lá nguyệt quế
- 1¼ muỗng cà phê muối
- ½ muỗng cà phê ớt bột
- ½ muỗng cà phê bột thì là
- ¼ muỗng cà phê quế
- 8 ounce nước sốt cà chua
- Nhánh mùi tây
- 12 quả cà chua bi

- ⅓ chén rượu vang Burgundy hoặc rượu vang hồng
- 1 quả trứng
- 8 ounce kem phô mai, làm mềm
- 1 chén Phô mai kem
- ½ chén Phô mai Feta vụn
- ½ chén bơ không ướp muối, tan chảy
- 8 ounce (½ Pk) Lá Phyllo
- ¼ chén vụn bánh mì khô
- Kabobs trái cây tươi (opt.)

HƯỚNG DẪN:

a) Cho thịt bò xay, hành tây và tỏi vào chảo lớn; nấu, khuấy thường xuyên cho đến khi thịt bò mất màu hồng. Đổ nhỏ giọt.

b) Thêm nấm, lá nguyệt quế, muối, bột ớt, bột thì là và quế; nấu, khuấy thường xuyên, cho đến khi nấm mềm khoảng 5 phút. Khuấy nước sốt cà chua và rượu vang; nấu, đậy nắp, 10 phút, thỉnh thoảng khuấy.

c) Loại bỏ lá nguyệt quế. Để nguội trong khi chuẩn bị nhân phô mai. Kết hợp trứng và phô mai kem trong bát vừa, đánh bằng máy trộn điện cho đến khi mịn.

d) Khuấy pho mát và pho mát feta và trộn. Chải chảo nướng 13 x 9 inch bằng bơ tan chảy. Lót chảo với 1 tấm bánh ngọt, lắp bánh ngọt vào đường viền của chảo. (Bánh ngọt sẽ tràn ra ngoài các cạnh của chảo.) Phết bơ lên bánh ngọt. Thêm 3 lớp bánh ngọt nữa, phết bơ lên từng lớp.

e) Rắc đều vụn bánh mì lên trên. Xếp ⅕ lớp nhân thịt lên trên vụn bánh mì và ⅕ lớp phô mai lên trên thịt. Đặt 1 tấm bánh ngọt lên trên lớp nhân phô mai, vo lại cho vừa với kích thước bên trong chảo; phết bơ và phủ ⅕ lớp thịt và ⅕ lớp nhân phô mai. Lặp lại với 3 tấm bánh ngọt khác, làm nhăn từng tấm, phết bơ và phủ nhân lên trên. Xoay phần dưới cùng của bánh ngọt lên trên phần nhân. Đặt 8 tấm bánh ngọt còn lại lên trên một cách trơn tru, phết bơ lên từng tấm.

f) Sử dụng thìa, nhét các tấm bánh ngọt trên cùng xung quanh các cạnh bên trong của chảo. Dùng dao sắc, khía nhẹ một nửa theo chiều dọc và một nửa theo chiều ngang. (Không cắt ngang.) Nướng trong lò nướng vừa phải (350 độ F.) 1 giờ hoặc cho đến khi mặt trên có màu vàng nâu. Để nguội ít nhất 10 phút trước khi cắt dọc theo các đường đã ghi. Đặt một quả cà chua bi trên mỗi 12 miếng gỗ nhỏ và chèn miếng chọn vào giữa mỗi phần ăn.

g) Trang trí với mùi tây. Trang trí các phần ăn riêng lẻ với kabobs trái cây tươi, nếu muốn. KABOBS TRÁI CÂY TƯƠI: Để làm món kabobs trái cây tươi, đặt những miếng dứa tươi, dưa đỏ, dâu tây nguyên quả hoặc các loại trái cây khác theo mùa trên xiên gỗ nhỏ.

12. Pizza rabe bông cải xanh và đậu xanh

Thực hiện: 1 Khẩu phần

THÀNH PHẦN:
- 2 tép tỏi lớn; thái lát mỏng
- ¼ chén dầu ôliu nguyên chất
- 1 lon (19 ounce) đậu xanh; rửa sạch và để ráo nước
- ½ chén nước
- 1 bó bông cải xanh lớn; băm nhỏ
- ½ muỗng cà phê mảnh ớt đỏ khô
- 3 ổ bánh mì pita 6 inch; chia đôi theo chiều ngang để tạo thành 6 vòng
- ½ chén Phô mai Parmesan mới bào; (khoảng 2 ounce)

HƯỚNG DẪN:

a) Làm nóng lò ở 400°F.

b) Trong một chảo lớn, nấu tỏi trong dầu ở nhiệt độ vừa phải, khuấy đều cho đến khi có màu vàng nhạt. Chuyển tỏi và 1 muỗng canh dầu vào máy xay thực phẩm. Thêm đậu xanh, $\frac{1}{4}$ chén nước, muối và hạt tiêu cho vừa ăn và trộn hỗn hợp cho đến khi mịn.

c) Đun nóng dầu còn lại trong chảo trên lửa vừa phải cho đến khi nóng nhưng không bốc khói và nấu bông cải xanh rabe, dùng kẹp lật cho đến khi héo. Thêm $\frac{1}{4}$ cốc nước và hạt tiêu còn lại và đun nhỏ lửa, đậy nắp một phần, cho đến khi bông cải xanh chín mềm và gần như tất cả chất lỏng bay hơi hết, khoảng 2 phút.

d) Phết các mặt nhám của bánh pita với bột đậu xanh và phủ bông cải xanh rabe và Parmesan lên trên.

e) Sắp xếp bánh pizza pita trên một tấm nướng lớn và nướng ở giữa lò trong 10 phút hoặc cho đến khi các cạnh có màu vàng.

f) Phục vụ 6 như một món khai vị hoặc 10 đến 12 như một món khai vị.

13. Pitas gà kiểu Cajun

Làm cho: 4 phần ăn

THÀNH PHẦN:
- 4 ức gà; không xương và không da
- ½ chén sốt Teriyaki
- 1 muỗng cà phê húng tây
- ¾ muỗng cà phê tiêu trắng xay
- ¾ muỗng cà phê tiêu đen xay
- ¼ muỗng cà phê bột tỏi
- ¼ muỗng cà phê ớt đỏ xay
- ¼ chén sốt Mayonnaise
- 2 muỗng cà phê cải ngựa
- 4 pita
- 2 chén Xà lách; băm nhỏ

HƯỚNG DẪN:

a) Thịt gà rửa sạch; lau khô. Đặt trong túi nhựa đặt trong đĩa cạn.

b) Rưới sốt teriyaki lên gà. Đóng túi. Ướp trong tủ lạnh từ 6 đến 24 giờ, thỉnh thoảng trở mặt. Vớt gà ra, bỏ nước xốt. Trong một bát nhỏ kết hợp cỏ xạ hương, tiêu trắng, tiêu đen, bột tỏi và ớt đỏ. Rắc đều hỗn hợp hạt tiêu lên cả hai mặt gà; chà xát bằng ngón tay của bạn. Làm nóng lò nướng gas.

c) Đặt gà lên vỉ nướng trên lửa vừa. Đậy nắp và nướng trong 12 đến 15 phút (hoặc 15 đến 18 phút ở nhiệt độ gián tiếp). Cắt thịt gà thành dải vừa ăn. Trong khi đó, kết hợp mayonnaise và cải ngựa.

14. Confetti pita lọn tóc

Thực hiện: 1 Khẩu phần

THÀNH PHẦN:
- 4 ounce Phô mai kem ít béo; làm mềm
- ¼ chén cà rốt bào sợi
- 2 muỗng canh ớt đỏ thái hạt lựu
- 2 muỗng canh nho khô
- 2 túi Pita

HƯỚNG DẪN:
a) Trong một cái bát, kết hợp pho mát kem, cà rốt, ớt đỏ và nho khô.

b)Cắt đôi từng quả pita theo chiều ngang và phết một ít hỗn hợp pho mát kem.

c)Cuộn lại và cố định bằng tăm. Làm lạnh cho đến khi chắc chắn. Cắt lát pitas theo đường chéo và phục vụ.

15. Pita Ý kem

Thực hiện: 24 phần ăn

THÀNH PHẦN:
- 2½ lít phô mai Ricotta
- 12 ounce phô mai parmesan nạo
- 1 pound Cần tây thái nhỏ
- 1 cân cà chua; tươi, hình khối
- ¼ chén húng quế tươi xắt nhỏ
- Tiêu đen; nếm thử
- rau diếp xoăn; hoặc lá xà lách
- 12 vòng pita; cắt làm đôi, nướng nhẹ

HƯỚNG DẪN:

a) Trong bát của máy xay thực phẩm, trộn phô mai ricotta với phô mai Parmesan cho đến khi đánh bông và hòa quyện.

b) Khuấy cần tây, cà chua và gia vị.

c) Lắp ráp bánh sandwich bằng cách lót từng túi pita đã được làm ấm bằng lá rau diếp và 4 ounce nhân.

16. Pita gà cà ri

Thực hiện: 8 phần ăn

THÀNH PHẦN:
- 1 pound Ức gà rút xương
- 1 chén đậu xanh đã bóc vỏ
- 1 chén nho đỏ không hạt, giảm một nửa
- ½ cốc sữa chua nguyên chất ít béo
- ½ cốc kem chua ít béo
- 1 muỗng cà phê bột cà ri
- 2 muỗng cà phê nước cốt chanh
- 8 Lá xà lách xoăn
- 4 vòng bánh mì Pita, (6 inch) cắt làm đôi

HƯỚNG DẪN:
a) Đun sôi 4 cốc nước trong một cái nồi lớn; thêm thịt gà. Giảm nhiệt và đun nhỏ lửa, không đậy nắp, 13 phút.

Thêm đậu Hà Lan; đậy nắp và đun nhỏ lửa thêm 7 phút hoặc cho đến khi đậu mềm giòn.

b) Để ráo nước và băm nhỏ thịt gà.

c) Kết hợp thịt gà, đậu Hà Lan và nho trong một cái bát.

d) Kết hợp sữa chua, kem chua, bột cà ri và nước cốt chanh; khuấy đều.

e) Đổ hỗn hợp lên gà; quăng nhẹ nhàng. Che và làm lạnh, nếu muốn.

f) Múc ½ chén salad gà vào mỗi nửa bánh pita có lót rau diếp. Làm cho: 8 phần ăn.

17. Pizza pita cà chua khô

Làm cho: 4 phần ăn

THÀNH PHẦN:
- 8 ounces cà chua phơi nắng
- ⅛ muỗng cà phê sốt tiêu cay
- 4 bánh mì Pita
- 1½ cốc phô mai Fontina; xé nhỏ
- 7oz có thể Atisô trái tim; để ráo nước và cắt lát
- ⅓ chén ô liu chín thái lát
- 2 muỗng cà phê húng quế khô
- Tỏi, ép

HƯỚNG DẪN:

a) Làm nóng trước tấm nướng trong lò 450 ~. Xả dầu từ cà chua ướp vào bát nhỏ; để cà chua sang một bên. Trộn tỏi và sốt tiêu nóng với dầu.

b) Chải lên cả hai mặt của bánh mì. Che bánh mì với một nửa pho mát.

c) Xếp cà chua, atisô, ô liu và rau thơm lên trên pho mát, chia đều. Phủ phô mai còn lại lên trên; đặt trên tấm nướng.

d) Nướng 8 đến 10 phút cho đến khi bánh mì giòn.

18. Garlic pita

Thực hiện: 1 Khẩu phần

THÀNH PHẦN:
- Pita(s), tách
- Bơ, bơ thực vật hoặc dầu ô liu
- Tỏi băm và/hoặc bột tỏi
- Muối, nếu muốn

HƯỚNG DẪN:
a) Làm tan chảy bơ hoặc bơ thực vật, nếu được sử dụng. Trộn bơ, bơ thực vật hoặc dầu với bột tỏi và/hoặc tỏi băm nhỏ. Thêm muối nếu muốn. Chải lên một nửa pita.
b) Đặt lên khay nướng hoặc giấy bạc và nướng trong lò nướng nóng hoặc lò nướng bánh mì cho đến khi chín vàng và giòn.

c) Có thể thêm các loại gia vị khác (như húng quế hoặc oregano).

19. Pita rau xanh, thảo mộc & trứng

Thực hiện: 12 phần ăn

THÀNH PHẦN:
- 2 pound Rau xanh tươi
- Muối
- ½ bó Rau mùi tây tươi; băm nhỏ
- ½ bó thì là tươi; băm nhỏ
- 1 nắm rau mùi tươi; chặt.
- ¼ chén bơ hoặc bơ thực vật
- 1 bó Hành lá; băm nhỏ
- ½ thìa cà phê hạt tiêu xay
- ½ muỗng cà phê bột quế
- ½ muỗng cà phê nhục đậu khấu
- 2 muỗng cà phê Đường cát
- Muối và tiêu mới xay
- 5 Quả trứng; đánh nhẹ

- 1 chén phô mai feta vụn
- ½ cốc sữa hoặc nhiều hơn
- ½ cốc Bơ (không bắt buộc); tan chảy
- 12 Tờ filo thương mại

HƯỚNG DẪN:

a) Rau mồng tơi rửa sạch, cắt bỏ phần đầu thô, để ráo nước, thái nhỏ, rắc muối và vắt cho ráo nước. Bây giờ chúng tôi kết hợp rau bina trong một bát lớn với rau mùi tây, thì là và chervil và trộn kỹ. Để yên phần rau xanh trong khi đun nóng ¼ cốc bơ trong chảo lớn, chúng ta thêm hành lá vào bơ và xào cho đến khi phần màu trắng trong mờ.

b) Tiếp tục nấu trên lửa vừa, chúng ta thêm rau xanh, gia vị, đường, muối và hạt tiêu vừa đủ để nêm, cẩn thận để có thêm muối trong feta, loại muối này sẽ được thêm vào sau. Chúng tôi đậy nắp một phần chảo và đun nhỏ lửa trong 20 phút hoặc cho đến khi tất cả chất lỏng được hấp thụ hết, sau đó chúng tôi lấy nó ra khỏi bếp và để nguội hỗn hợp trong một cái bát lớn. Bây giờ, chúng tôi thêm trứng, feta và đủ sữa để làm ướt rau xanh, trộn và lắp ráp bánh pita như sau: Bơ một chảo nướng 15 x 11 x 2 inch. Trải 6 tờ filo, phết bơ tan chảy lên từng tờ. Đổ nhân vào, dàn đều.

c) Phủ các tờ filo còn lại, phết bơ lên từng tờ.

d) Cắt mép và phết bơ lên trên. Dùng dao sắc khía 3 tấm filo trên cùng thành hình vuông hoặc hình thoi. Nướng trong 45 phút trong lò nướng vừa phải (350 F) và để nguội một chút trước khi cắt lát và dùng nóng.

20. Túi pita Presto

Làm cho: 1 phần ăn

THÀNH PHẦN:
- 2 túi Pita lớn
- 1 chén gà tây nấu sẵn; băm nhỏ
- ½ cốc Cửa hàng mua lát giăm bông ăn trưa; cắt lát
- ½ chén phô mai Thụy Sĩ cắt nhỏ
- ½ chén phô mai cheddar cắt nhỏ
- 1 quả cà chua lớn; xắt lát mỏng
- 1 củ hành đỏ vừa; xắt lát mỏng
- ½ chén mầm cỏ linh lăng
- Sốt chua ngọt
- 2 muỗng canh rau mùi tây băm nhỏ

HƯỚNG DẪN:

a) Trong lò vi sóng, làm nóng bánh mì pita cho đến khi vừa ấm (khoảng 15 giây), cẩn thận không nấu quá lâu nếu không bánh mì pita sẽ trở nên dai. Cắt một đầu của bánh mì pita và mở nó ra như một cái túi. Trong mỗi túi pita, hãy đổ đầy gà tây, giăm bông, pho mát Thụy Sĩ và cheddar, cà chua và hành tím. Thêm rau mầm lên trên nhân bánh. Đổ nước sốt chua ngọt lên trên mặt nhân. Để phục vụ, rắc rau mùi tây lên trên.
b) Khoảng 4 phút.

21. Cà tím nướng với bánh mì pita và mè

Thực hiện: 1 Khẩu phần

THÀNH PHẦN:
- Bình xịt dầu thực vật chống dính
- 2 Cà tím, cắt thành dải 3x¾x¾-inch
- 2 quả ớt chuông xanh lớn; cắt thành dải rộng ½ inch
- 2 quả ớt chuông đỏ lớn; cắt thành dải rộng ½ inch
- 8 tép tỏi lớn; (chưa gọt vỏ)
- ½ chén dầu Olive
- ¾ chén giấm rượu vang đỏ
- 1 muỗng canh thì là
- 1½ muỗng cà phê muối
- 1½ muỗng cà phê tiêu
- ⅜ muỗng cà phê ớt cayenne

- 8 vòng bánh mì pita ấm; cắt thành nêm
- 1 cốc (2 que) bơ thực vật không muối; nhiệt độ phòng
- ⅔ chén mè rang
- 1 muỗng cà phê muối

HƯỚNG DẪN:

a) Để làm món salad: Đặt giá ở một phần ba trên cùng của lò nướng và làm nóng trước ở nhiệt độ 450°F.

b) Xịt dầu thực vật chống dính lên tấm nướng lớn, nặng. Kết hợp cà tím, ớt, tỏi và dầu trong tô lớn. Quăng tốt. Chuyển sang tờ đã chuẩn bị. Nướng cho đến khi cà tím có màu nâu và rau mềm, cứ 10 phút lại đảo một lần, khoảng 50 phút. Loại bỏ tỏi và dự trữ.

c) Cạo rau và tất cả nước ép chảo vào bát.

d) Kết hợp giấm, thì là, muối, hạt tiêu và cayenne trong bộ xử lý. tỏi nướng bóc vỏ; thêm vào bộ xử lý. Nghiền cho đến khi mịn. Quăng hỗn hợp rau với ¼ chén nước sốt tỏi. Mát mẻ, quăng thỉnh thoảng.

e) Salad gò ở trung tâm của đĩa lớn. Bao quanh với nêm pita. Phục vụ, cho nước sốt còn lại và Rải vùng riêng.

f) Để phết vùng: Đánh bơ thực vật, hạt vùng và muối trộn đều trong một bát nhỏ.

22. Pitas gà tây và cải xoong hun khói

Thực hiện: 4 phần ăn

THÀNH PHẦN:
- ¼ cốc sữa chua nguyên chất không béo
- 2 muỗng canh Mù tạt cay
- 2 vòng bánh mì Pita, cắt làm đôi
- 4 lát Ức gà tây xông khói
- 8 lát cà chua chua gọt vỏ, (dày ¼ inch)
- 1 chén cải xoong cắt tỉa lỏng lẻo
- ½ chén Phô mai Thụy Sĩ ít béo, ít natri bào nhỏ, (2 ounce)

HƯỚNG DẪN:

a) Kết hợp sữa chua và mù tạt trong một cái bát, và khuấy đều.

b) Phết đều nước sốt mù tạt lên bề mặt bên trong của mỗi nửa chiếc bánh pita.

c) Đặt 1 lát gà tây, 2 lát cà chua và $\frac{1}{4}$ chén cải xoong vào mỗi nửa; rắc 2 muỗng canh phô mai.

23. Pita hải sản

Làm cho: 2 phần ăn

THÀNH PHẦN:
- ½ pound Sò điệp hoặc Tôm
- ¼ chén dầu Olive
- 1 củ hành vừa
- 1 tép tỏi (nhiều ít tùy khẩu vị)
- ¾ chén Nấm
- 1½ chén Rau (chẳng hạn như cà tím hoặc bí xanh)
- 1½ chén Muối, hạt tiêu và gia vị (để nếm thử)
- 1½ chén Couscous, nấu chín
- Bánh mì pita

HƯỚNG DẪN:
a) Cắt rau thành khối nhỏ (khoảng ½ inch). Cắt nhỏ nấm.

b) Nếu sử dụng tôm, hãy bóc vỏ và bỏ gân tôm và cắt thành khối nhỏ.

c) Trong một lượng nhỏ dầu ô liu, xào hành tây và tỏi tùy chọn cho đến khi hành tây mềm nhưng không quá trong.

d) Đun nóng dầu ô liu còn lại trong chảo và thêm rau và nấm. Xào cho đến khi rau gần mềm. Nếm và thêm muối, hạt tiêu và bất kỳ loại gia vị nào bạn thích (rau oregano, húng quế và ớt đỏ đều tốt). Thêm sò điệp hoặc tôm và nấu cho đến khi chín, khoảng một hoặc hai phút. Sò sẽ chuyển sang màu đục và tôm sẽ chuyển sang màu hồng. KHÔNG nấu quá chín.

e) Nên có quá nhiều dầu và chất lỏng. Nếu không, thêm nhiều dầu hơn và đun nóng nhanh. Chuyển hỗn hợp vào một cái bát. Thêm couscous và trộn kỹ. Làm lạnh vài giờ hoặc qua đêm.

f) Nhồi vào bánh mì pita (có thể với một ít cà chua) và phục vụ.

24. Pita pizza với ô liu xanh

Làm cho: 4 chiếc bánh pizza

THÀNH PHẦN:
- Mảnh ớt đỏ, nếu muốn
- Bốn bánh mì pita bỏ túi 7 inch
- Salad xắt nhỏ, Một chén
- Phô mai Monterey Jack, nạo, 8 ounce
- Ô liu xanh cắt hạt và xắt nhỏ, Nửa cốc
- Hạt tiêu đen tươi
- 2 ớt jalapeño, xắt nhỏ
- Phô mai Parmesan cạo để trang trí

HƯỚNG DẪN:
a) Làm nóng nhiệt độ lò nướng bánh pizza đến 450°F.
b) Nướng pitas trong ba phút trên đá hoặc chảo pizza nóng.
c) Trộn phô mai, ô liu và ớt jalapenos.

d) Chia đều phần nhân này cho bốn chiếc bánh pita.
e) Nướng trong 5 phút.
f) Lên trên với salad và phô mai Parmesan.
g) Nướng hoặc nướng trong 10 phút trong lò nướng 400 độ.

25. Hộp Cơm Pita Pizza

Làm cho: 1 chiếc bánh pizza

THÀNH PHẦN:
- Muối tỏi, $\frac{1}{8}$ muỗng cà phê
- Nấm Crimini, $\frac{1}{4}$ chén, thái lát
- Sốt pizza, 3 muỗng canh
- Phô mai Mozzarella, $\frac{1}{2}$ chén, cắt nhỏ
- 1 bánh mì pita, tròn
- Dầu ô liu, một muỗng cà phê

HƯỚNG DẪN:
a) Phết dầu và sốt pizza lên một trong những chiếc bánh mì pita.
b) Xếp phô mai, muối tỏi và nấm lên trên.
c) Đặt trên vỉ nướng mỡ.

d)Đậy nắp hộp bánh pizza và nướng trong khoảng năm phút.

26. Pizza Pita kiểu Hy Lạp

Làm: 4 bánh pizza pita

THÀNH PHẦN:
- ½ củ hành tây, thái lát
- Sốt pizza, Một chén
- 10 quả ô liu Kalamata, đọ sức và thái lát
- Mozzarella, 7 ounce
- Bốn bánh mì pita
- Phô mai Feta, vụn, 7 ounce
- 1 quả cà chua, thái hạt lựu
- 1 quả ớt chuông xanh, và thái lát

HƯỚNG DẪN

a) Xếp bánh mì pita lên khay nướng.
b) Phết nước sốt cà chua lên từng chiếc bánh pita và phủ phô mai mozzarella lên trên.

c) Rải cà chua thái lát, hành tây và vụn phô mai feta lên trên.
d) Đặt ô liu đen và hạt tiêu thái lát lên trên.
e) Nướng trong 10 phút ở 375 độ.

27. Pita Pizza Pita Atisô & Prosciutto

Làm cho: 4 chiếc bánh pizza

THÀNH PHẦN:
- Atisô xắt nhỏ trái tim
- Hành tím, thái lát
- Phô mai mozzarella bào nhỏ, Một cốc
- húng quế tươi, để trang trí
- Prosciutto
- Sốt ớt đỏ rang, một chén
- Phô mai Parmesan, Nửa cốc, Bào
- ớt đỏ nướng

HƯỚNG DẪN
a) Làm nóng lò nướng đến 450 độ F.
b) Chải nhẹ từng chiếc pita bằng dầu ô liu ở cả hai mặt.

c) Phủ sốt tiêu đỏ và phô mai mozzarella cắt nhỏ lên trên mỗi chiếc bánh pita.

d) Rắc thêm muối, phô mai Parmesan và nhiều loại toppings thái nhỏ lên trên.

e) Nướng trong 5 phút, và phục vụ trang trí với húng quế tươi.

28. <u>Veggie Seitan Pita bỏ túi</u>

Làm cho: 2 phần ăn

THÀNH PHẦN:
- ½ chén bông cải xanh, cắt thành miếng vừa ăn
- 1 muỗng canh dầu ô liu siêu nguyên chất
- ½ chén ớt chuông đỏ thái hạt lựu
- 1 củ cà rốt, nạo
- 1 chén Seitan Smoky Nuggets hấp, thái lát
- 4 ounce tim atisô trong nước, để ráo nước
- 2 túi pita
- ½ chén dưa chuột thái hạt lựu
- ¼ chén sốt mayonnaise không sữa
- 1 ounce rau bina

HƯỚNG DẪN:

a) Trong một cái chảo lớn trên lửa vừa và cao, đun nóng dầu.
b) Nấu seitan, bông cải xanh và ớt chuông trong 3 phút.
c) Thêm trái tim dưa chuột, cà rốt và atisô.
d) Nấu trong 1 phút, khuấy liên tục.
e) Loại bỏ nhiệt.
f) Cắt đôi túi pita và phết một nửa sốt mayonnaise vào mỗi nửa túi.
g) Thìa một phần tư hỗn hợp seitan vào mỗi nửa trong số bốn nửa túi, tiếp theo là một vài lá rau bina non.

29. Gà Caesar Pita Sandwiches

Làm cho: 4

THÀNH PHẦN:
- 2 ⅓ chén ức gà nấu chín, không xương, không da
- 3 chén xà lách Romaine xé nhỏ, rửa sạch và vắt khô
- ¼ cốc Parmesan, nạo
- Sốt salad Caesar, để phục vụ
- muối và tiêu
- 4 bánh mì Pita, cắt làm đôi

HƯỚNG DẪN:
a) Trong một bát lớn, kết hợp thịt gà và rau diếp; trộn với phô mai Parmesan và nước sốt.
b) Nêm muối và hạt tiêu và quăng lại.
c) Thìa hỗn hợp salad vào nửa pita. Phục vụ.

COPPIA FERRARESE

30. bánh mì nướng

Làm cho: 4

THÀNH PHẦN:
- 500 g Bột mì 00
- 175 g Nước
- 30g mỡ lợn
- 50 g men mẹ
- 9 g muối
- 5 g mạch nha
- 20 g dầu oliu nguyên chất

HƯỚNG DẪN:
a) Đổ nước, mạch nha vào một cái bát và hòa tan men mẹ trong đó, thêm bột mì và làm cho đến khi mọi thứ được trộn đều. Cho mỡ lợn vào và để cho thấm kỹ, khi bột nhào xong cho dầu và muối vào nhào cho thành một khối mịn

và đồng nhất. Chia bột thành 8 ổ bánh 95-100 g để được 4 cặp bánh Ferrara khoảng 195-200 g.

b) Xử lý từng khối bằng trục lăn hoặc bằng máy làm mì ống cho đến khi bạn có được độ dày 1,2 cm.

c) Bây giờ hãy cuộn từng ổ bánh lại: một tay giữ một đầu và tay kia bắt đầu cuộn rồi mở ra và từ từ đi gần hết ổ bánh, lặp lại thao tác với một ổ bánh khác.

d) Tại thời điểm này, kết hợp chúng lại để tạo thành cặp đôi (bạn phải ấn chúng vào giữa) và đặt chúng lên khay nướng ở nơi ấm áp trong 90-120 phút.

e) Làm nóng lò ở 200°C và nướng chúng trong 18-20 phút.

31. Coppia Ferrarese với mật ong

Thực hiện: 8-10 phần ăn

THÀNH PHẦN:
CHO LÁ:
- 200 g bột mì đa dụng
- 1 muỗng cà phê dầu ô liu
- 1 muỗng cà phê mật ong
- nước ấm
- Đối với bột nhào:
- 1 kg bột mì (Loại 0)
- 350ml nước
- 60 gram mỡ lợn
- 40 ml dầu ôliu siêu nguyên chất

- 100 g men nở
- 1 muỗng cà phê muối
- 1 muỗng canh mạch nha lúa mạch

HƯỚNG DẪN:
ĐỂ LẠI:
a) Lấy 200 g bột mì vào tô.
b) Thêm một ít nước ấm, một muỗng cà phê dầu và một muỗng cà phê mật ong vào bột.
c) Trộn cho đến khi hỗn hợp mịn được hình thành mà không có cục u.
d) Định hình hỗn hợp bột thành một quả bóng.
e) Đặt quả bóng bột vào một cái bát.
f) Đậy bát bằng khăn bếp ấm.
g) Để bột nghỉ 48h, cho lên men.
h) Thêm một vài thìa cà phê nước ấm, nhào lại và phủ một lần nữa bằng khăn bếp ấm.
i) Men nên được làm mới mỗi tuần.

ĐỐI VỚI BÁNH MÌ:
j) Đặt tất cả các thành phần cho bột vào máy trộn hạng nặng.
k) Bật máy trộn và nhào trong 15 đến 20 phút.
l) Chuyển bột lên bàn làm việc hoặc bề mặt phẳng.
m) Chia bột thành những viên tròn có đường kính khoảng 5 cm.
n) Để tạo hình thủ công, lăn từng quả bóng trên bề mặt đã được rắc bột mì thành các dải dài khoảng 30 cm.
o) Dùng lòng bàn tay ấn bột giống như làm bánh strudel, đồng thời cán bột thành những chiếc sừng hình nón.

p) Bện các cặp cuộn như vậy lại với nhau để có được hình dạng đặc trưng của các cặp (bốn sừng hình nón đan xen ở giữa).
q) Khi định hình, chuyển các cặp vợ chồng trên một tấm gỗ.
r) Che các cặp vợ chồng bằng một chiếc khăn bếp ướt.
s) Để yên trong 1 giờ đến 1 tiếng rưỡi.
t) Làm nóng lò ở nhiệt độ 375°F.
u) Nướng các cặp đôi cho đến khi vàng nâu.
v) Lấy Coppia Ferrarese ra khỏi lò và đặt lên giá để nguội.
w) Coppia Ferrarese đã sẵn sàng để được phục vụ.

PIADINA ROMAGNOLA

32. Piadina Romagnola

Số lượng: 6 cái

THÀNH PHẦN:
- 4 chén Bột mì 00
- ⅔ chén mỡ lợn
- ¾ cốc nước ở nhiệt độ phòng
- 1 muỗng cà phê Muối mịn
- 1½ thìa cà phê Baking soda

HƯỚNG DẪN:

a) Để làm piadina romagnola, chuẩn bị bột bằng cách trộn bột mì, muối 1, mỡ lợn 2 và baking soda 3 trong một cái bát.

b) Bắt đầu nhào và thêm nước vào 3 phần 4, sau đó chuyển hỗn hợp sang bề mặt làm việc 5 và tiếp tục làm việc cho đến khi thu được hỗn hợp đồng nhất. Vo tròn lại, bọc trong túi thực phẩm và để nghỉ 30 phút 6.

c) Sau thời gian nghỉ, lấy bột ra khỏi túi và nặn thành hình xúc xích 7, sau đó chia thành 6 phần bằng nhau 8. Nặn từng phần bột thành hình tròn bằng cách nhào trong khoảng 30 giây để bột trở nên mịn và mượt. thậm chí, sau đó dùng túi thực phẩm bọc lại và để nghỉ thêm 30 phút 9.

d) Sau khi hết thời gian để bột nghỉ, rắc nhẹ bột lên mặt bàn 10 và dùng cán lăn bột thành những viên tròn.

e) Làm nóng một cái đĩa thật nóng và trong khi chờ đợi, lăn những miếng bánh mì dẹt ra xa hơn, sau đó cắt chúng bằng một chiếc máy cắt mì ống có đường kính 8 $\frac{1}{2}$" (22 cm) 12 inch.

f) Bây giờ nướng bánh mì dẹt ở một mặt trong 2 phút, lật chúng liên tục bằng một tay để đảm bảo bánh chín đều 13, sau đó lật chúng và nấu trong 2 phút ở mặt còn lại 14, cho đến khi chúng hơi vàng. Sau khi nấu chín, xếp bánh mì dẹt của bạn lên nhau và nhồi chúng khi vẫn còn ấm 15!

33. Thổ Nhĩ Kỳ cotolette alla romagnola

Thực hiện: 1 Khẩu phần

THÀNH PHẦN:
- 4 cốt lết Thổ Nhĩ Kỳ; dày ½ inch
- 2 quả trứng; bị đánh
- ½ chén vụn bánh mì tươi
- 4 muỗng canh dầu ô liu nguyên chất
- 2 muỗng canh bơ không ướp muối
- 1 chén nước sốt cà chua cơ bản
- ½ chén nước dùng gà
- 4 lát Prosciutto di Parma; giấy mỏng
- ¼ pound Parmigiano-Reggiano; cạo bằng máy bóc vỏ thành mảnh

HƯỚNG DẪN:

a) Nêm miếng gà tây với muối và hạt tiêu rồi cho vào hỗn hợp trứng. Xả để loại bỏ phần thừa và nạo trong vụn bánh mì, ấn để phủ đều từng chiếc. Đặt trên đĩa và làm lạnh 1 giờ.

b) Làm nóng lò ở 400 độ F.

c) Trong chảo áp chảo 14 đến 16 inch (đủ lớn để chứa cả 4 miếng gà tây cùng lúc) trên lửa vừa, đun nóng dầu và bơ cho đến khi bọt bơ tan hết. Đặt các miếng gà tây vào chảo và nấu từ từ cho đến khi có màu vàng nâu ở một bên, khoảng 6 đến 7 phút.

d) Xoay và nấu phía bên kia. Khi cả hai mặt có màu vàng nâu, đổ nước sốt cà chua và nước dùng gà xung quanh thịt và đun sôi. Đặt 1 lát Prosciutto lên trên mỗi miếng và rắc phô mai Parmesan bào mỏng rồi cho vào lò nướng trong 10 phút. Hủy bỏ và đặt trong đĩa phục vụ ấm áp. Rưới một thìa nước sốt và phục vụ.

34. Bánh mì dẹt phô mai và thảo mộc

Làm cho: 2 phần ăn

THÀNH PHẦN:
- 1 gói men
- ¼ chén nước ấm
- 2 muỗng canh bơ thực vật
- 1 muỗng canh Đường
- 1½ muỗng cà phê muối
- ¾ cốc Sữa - đun sôi
- 3 chén bột mì đa dụng
- 2 muỗng canh Hành tây -- xắt nhỏ
- ¼ chén bơ thực vật - tan chảy
- ½ muỗng cà phê Oregano
- ½ thìa ớt bột
- ¼ muỗng cà phê hạt cần tây
- ¼ muỗng cà phê muối tỏi
- ½ muỗng cà phê húng quế

- 1 chén phô mai Cheddar, cắt nhỏ

HƯỚNG DẪN:

a) Làm mềm men trong $\frac{1}{4}$ cốc nước ấm.

b) Trong bát trộn, kết hợp 2 muỗng canh bơ thực vật, đường, muối và sữa đun sôi. Để nguội đến âm ấm.

c) Khuấy men vào hỗn hợp sữa. Dần dần thêm bột để tạo thành một bột cứng. Bạn có thể không cần tất cả bột mì. Nhào trên bề mặt bột mì cho đến khi mịn và bóng; 4 đến 5 phút.

d) Đặt trong bát mỡ và chuyển sang lớp phủ trên cùng. Che và để tăng cho đến khi ánh sáng; khoảng 45 phút.

e) Chia bột làm đôi. Nhấn từng miếng vào một chiếc bánh hoặc khuôn bánh 9 inch.

f) Kết hợp hành tây, $\frac{1}{4}$ chén bơ thực vật tan chảy, oregano, ớt bột, hạt cần tây, muối tỏi và húng quế. Trải đều trên bột. Rắc đều với phô mai. Chích từng cái bằng nĩa ở một số nơi.

g) Để tăng trong khoảng 30 phút hoặc cho đến khi ánh sáng.

h) Nướng trong lò nướng 375 độ đã làm nóng trước trong 20 đến 25 phút cho đến khi có màu vàng nâu.

i) Phục vụ trong khi vẫn còn ấm.

35. Bánh mì ngô giòn

Làm cho: 1 phần ăn

THÀNH PHẦN:
- 1 chén bột gạo lứt + thêm bột để tráng bánh
- $1\frac{1}{2}$ muỗng cà phê men hạt
- 2 muỗng cà phê đường
- $1\frac{1}{2}$ cốc Nước ấm (110F)
- 1 chén bột ngô
- $\frac{1}{2}$ chén bột bắp
- 2 muỗng cà phê bột kẹo cao su Xantham
- 1 đến $1\frac{1}{2}$ muỗng cà phê muối
- 2 quả trứng lớn, ở nhiệt độ phòng
- 1 muỗng canh Dầu bắp

HƯỚNG DẪN:
a) Kết hợp $\frac{1}{2}$ cốc bột gạo, men, đường và $\frac{1}{2}$ cốc nước ấm trong cốc thủy tinh 2 cốc; khuấy đều, sau đó để yên ở

nơi ấm áp cho đến khi thể tích tăng gấp đôi, khoảng 10 phút.

b) Lót một tấm nướng bánh lớn bằng giấy da và vẽ hai hình tròn 8 inch trên đó.

c) Kết hợp ½ chén bột gạo, bột ngô, bột ngô, bột kẹo cao su xanthan và muối còn lại trong một bát lớn; trộn để trộn.

d) Đánh trứng nhẹ; dành riêng 1 muỗng canh để chải mặt trên của ổ bánh mì. Thêm 1 cốc nước ấm còn lại và dầu ngô vào trứng đã đánh. Sử dụng thìa gỗ, khuấy hỗn hợp trứng và men vào bột và đánh cho đến khi mị n. Sử dụng thìa cao su, trải bột mềm thành hình tròn trên giấy da đã đánh dấu, hơi dồn nó lên ở giữa.

e) Bọc nhẹ các ổ bánh bằng màng bọc thực phẩm đã bôi mỡ và để bột nở cho đến khi nở gấp đôi, khoảng 1 giờ.

f) Làm nóng lò ở 425F.

g) Đập vài giọt nước vào trứng đã đánh sẵn và phết lên các ổ bánh. Rắc nhẹ bằng bột gạo. Sử dụng một lưỡi dao cạo, cắt các đầu ổ bánh mì thành một mô hình lưới kim cương lớn.

h) Nướng trong 20 phút, cho đến khi chín vàng.

BẢNG AL FARRO

36. Khung cơ bản Al Farro

Làm cho: 1 ổ bánh mì

THÀNH PHẦN:
- 500 g bột mì 0
- 300 gr bột mì (bột mì)
- 350ml nước
- 25 gr dầu oliu (extra virgin)
- 20 g men bia (tươi)
- 20 g muối
- 1 muỗng cà phê mạch nha lúa mạch (tùy chọn)
- 100 gr hạt (hỗn hợp)

HƯỚNG DẪN:

a) Để chuẩn bị bánh mì đánh vần, hãy bắt đầu bằng cách hòa tan men bia đã được làm vụn trong một ít nước ở nhiệt độ phòng.

b) Cho hai loại bột và mạch nha lúa mạch vào tô và trộn các nguyên liệu khô. Sau đó, thêm nước mà bạn đã hòa tan men và dầu ô liu.

c) Bổ sung thêm nước; Tôi khuyên bạn không nên thêm nước cùng một lúc, có thể không cần thiết vì vẫn có thể mất một lúc, điều này phụ thuộc vào khả năng hấp thụ của loại bột bạn đang sử dụng. Sau đó, bắt đầu nhào bột bằng móc của máy trộn hành tinh và điều chỉnh khi thêm nước, bạn sẽ phải thu được một khối bột đặc (có thể nói là nhỏ gọn hơn bột bánh pizza). Khi kết thúc quá trình chế biến, thêm muối và nhào lại. Cuối cùng thêm các loại hạt đã trộn và làm lại để chúng phân bố đều trong bột

d) Hoàn thành quá trình nhào bằng tay trên một tấm nướng bánh ngọt và tạo cho bột có hình cầu, đặt nó vào một cái bát lớn đã bôi mỡ, đậy bằng màng bọc thực phẩm và để bột nổi lên ở nơi ấm áp có mái che (tắt lò khi bật đèn sẽ hoạt động tốt). Để nó tăng lên trong ít nhất 3-4 giờ hoặc cho đến khi tăng gấp đôi kích thước.

e) Sau khi ủ men, lấy bột lại, xả hơi rồi cho lên thớt làm bánh, ấn dẹt và tạo thành 3 nếp gấp, gập như sách sẽ tạo thêm động lực cho lần ủ men thứ hai. Bây giờ, sắp xếp bánh mì trên một tờ giấy da, với phần nắp úp xuống và đặt vào một cái rổ để bánh tăng dần theo chiều cao.

f) Sau một giờ, bánh mì sẽ nở ra, làm nóng lò nướng ở nhiệt độ 240° với khay nướng bên trong. Khi đã đạt đến nhiệt độ thích hợp, hãy xếp bánh mì (cùng với tất cả giấy da) trực tiếp lên khay đã được làm nóng trước trong lò và nướng bánh mì ở ngăn thấp nhất.

g) Để có được lớp vỏ giòn, hãy nướng bánh mì ở nhiệt độ 240° trong 15 phút, sau đó giảm nhiệt độ xuống 180° và tiếp tục nướng thêm 30 phút nữa, cuối cùng nâng lại lên 200° trong 10 phút. Khi bánh đã sẵn sàng, lấy bánh ra khỏi lò và chuyển sang giá để bánh nguội.

h) Phục vụ

37. Sourdough đánh vần

Làm 2 ổ bánh mì

THÀNH PHẦN:
- 35 ounce (1 kg) bột chua đánh vần
- 1 Muỗng canh (15 g) muối
- 3 muỗng canh (25 g) men tươi
- 2½ muỗng canh (35 ml) xi-rô mật đường
- ½ cốc (100 ml) nước, nhiệt độ phòng
- 6 cốc (625 g) bột lúa mạch đen mịn
- 1¾ cốc (225 g) bột mì

HƯỚNG DẪN:
a) Trộn đều các nguyên liệu và để ngấm trong khoảng 30 phút.
b) Nhẹ nhàng định hình thành hai ổ bánh thuôn dài và rắc bột mì. Để bánh mì nổi lên cho đến khi các ổ bánh mì có kích thước gấp đôi.

c) Nhiệt độ ban đầu của lò nướng: 475°F (250°C)
d) Đặt các ổ bánh vào lò nướng và rưới một cốc nước lên sàn lò. Giảm nhiệt độ xuống 375°F (195°C).
e) Nướng trong khoảng 30 phút.

38. Cơm Gail và bánh mì làm từ bột mì

THÀNH PHẦN:
- 1 chén bột gạo lứt
- 1 chén bột gạo trắng
- 1 chén bột đánh vần
- 3½ muỗng cà phê kẹo cao su Xanthan
- ¼ chén + 2 muỗng cà phê đường
- 1½ muỗng cà phê muối
- 1 ⅓ cốc sữa bột không béo, tan chảy
- 2 quả trứng lớn, đánh đều
- 1¾ cốc nước ấm

HƯỚNG DẪN:
a) Cho tất cả các nguyên liệu, trừ nước ấm, vào khuôn bánh mì và nhấn bắt đầu.

b) Trong khi máy đang nhào, đổ dần nước vào. Nếu bột không trộn đều, hãy sử dụng phới cao su để hỗ trợ.

c) Sau khi chu trình nướng kết thúc, lấy ra khỏi chảo và đặt lên giá đỡ bằng dây, để nguội 1 giờ trước khi cắt lát.

39. bánh mì men đánh vần

Làm cho: 1 phần ăn

THÀNH PHẦN:
- 3¼ cốc Bột mì nguyên chất; (dùng chung)
- 1 gói Active men khô
- 1 ly nước
- ⅓ cốc mật ong
- ¼ chén Margarine hoặc bơ
- 1 muỗng cà phê muối
- 1 quả trứng

HƯỚNG DẪN:

a) Trong một bát lớn, kết hợp hai cốc bột đánh vần và men. trong một cái chảo, đun nóng và khuấy nước, mật ong, bơ thực vật và muối cho đến khi ấm.

b) Thêm vào bột mì. Thêm trứng. Đánh bằng máy trộn điện ở tốc độ thấp trong 30 giây. Đánh trong 3 phút ở mức cao. Khuấy bột còn lại để tạo thành bột mềm.

c) Đậy nắp và để tăng gấp đôi - 45 - 60 phút.

d) Trải bột trong chảo 9 x 5 x 3 đã bôi mỡ. Đậy nắp và để trong 30-45 phút, cho đến khi tăng gấp đôi. Nướng ở 375 độ trong 25 đến 30 phút hoặc cho đến khi ổ bánh có âm thanh rỗng khi gõ vào. Đậy bằng giấy bạc trong mười phút nướng cuối cùng. Lấy ra khỏi chảo và để nguội.

40. Bánh mì đánh vần với cam

Làm 1 ổ bánh mì

THÀNH PHẦN:
- ½ quả cam cỡ thường
- miếng vỏ cam
- 7 ounce (200 g) bột chua lúa mạch đen
- 1 cốc (200 ml) nước, nhiệt độ phòng
- ½ thìa canh (10 g) muối 1 thìa cà phê (5 g) thì là
- khoảng 6-7 cốc (600-700 g) bột mì, rây

HƯỚNG DẪN:
a) Gọt vỏ cam. Đun sôi vỏ trong nước trong vài phút. Lấy ra khỏi nước và để nguội một chút.
b) Dùng thìa cạo sạch phần cùi trắng bên trong vỏ. Cắt vỏ thành từng miếng nhỏ.

c) Trộn tất cả các thành phần, nhưng thêm từ từ vài chén bột cuối cùng. Bột mì đánh vần không hấp thụ chất lỏng giống như bột mì thông thường. Nhào kỹ.

d) Để bột nở trong khoảng 30 phút.

e) Định hình bột thành một ổ bánh tròn và đặt trên một tấm nướng mỡ. Để bột nổi lên cho đến khi nó tăng gấp đôi kích thước; quá trình này có thể mất tới vài giờ.

f) Nướng ở nhiệt độ 400°F (200°C) trong khoảng 25 phút.

g) Chải bánh mì bằng nước sau khi lấy ra khỏi lò.

41. bột chua khoai tây

THÀNH PHẦN:
- 2 củ khoai tây cỡ vừa, gọt vỏ
- 1 muỗng cà phê mật ong
- 1 muỗng canh bột mì, rây mịn

HƯỚNG DẪN:
a) Trộn khoai tây cho đến khi giống như cháo. Khuấy mật ong và bột đánh vần.
b) Bảo quản hỗn hợp trong lọ có nắp đậy kín. Khuấy vào buổi sáng và buổi tối.
c) Loại bột chua này thường mất nhiều thời gian để làm hơn những loại khác, nhưng nó chắc chắn đáng để bỏ thêm thời gian. Sẽ mất 5-7 ngày trước khi hoàn thành.
d) Bộ khởi động đã sẵn sàng khi hỗn hợp bắt đầu sủi bọt. Từ thời điểm này, tất cả những gì bạn phải làm là "cho" bột ăn để nó giữ được hương vị và khả năng lên men.

42. bánh mì Olive

Làm 2 ổ bánh mì

THÀNH PHẦN:
- 10½ ounce (300 g) bột chua đánh vần
- 6 cốc (600 g) bột mì, rây mịn
- 1¼ cốc (300 ml) nước, nhiệt độ phòng
- 1 muỗng canh mật ong
- 1 muỗng canh muối
- ⅔ cốc (150 g) ô liu đã rỗ, tốt nhất là hỗn hợp giữa xanh và đen

HƯỚNG DẪN:
a) Trộn tất cả các thành phần trừ ô liu. Nhào thật kỹ. Bột phải khá "yếu". Ép phẳng bột thành một "chiếc bánh" có đường kính 12 inch (30 cm). Cắt nhỏ một nửa quả ô liu.

b) Thêm ô liu xắt nhỏ và trộn trong toàn bộ ô liu. Cuộn tròn bột lại và để trong 2-3 giờ. Cắt bột thành 2 miếng và nặn thành hình bánh. Để bánh nở thêm 20 phút nữa.
c) Nhiệt độ ban đầu của lò nướng: 475°F (250°C)
d) Đặt bánh mì vào lò nướng và giảm nhiệt độ xuống 400°F (200°C). Nướng khoảng 30-40 phút.
e) Gấp bột trên ô liu.
f) Sau khi bột đã lên men trong 2-3 giờ, cắt bột làm đôi.
g) Định hình bánh mì để hỗn hợp ô liu được bật ra.

43. bánh mì nông dân

Làm 1 ổ bánh mì

THÀNH PHẦN:
- 2 cốc (500 ml) nước, nhiệt độ phòng
- 5 cốc (600 g) bột mì
- 2 cốc (200 g) bột mì, rây mịn
- 4½ ounce (125 g) bột khai vị lúa mì
- 4½ ounce (125 g) bột chua lúa mạch đen
- 1½ muỗng canh (25 g) muối dầu ô liu cho bát

HƯỚNG DẪN:
a) Trộn tất cả các thành phần trừ muối cho đến khi bột mịn.
b) Khi bột được nhào kỹ, thêm muối. Tiếp tục nhào thêm vài phút nữa. Cho bột vào tô trộn đã tráng dầu, dùng khăn đậy lại.

c) Để bột nở trong khoảng 2 giờ.
d) Đổ bột ra bàn đã rắc bột và nặn thành một ổ bánh dài. Hãy để nó tăng lên trong khoảng 40 phút.
e) Nhiệt độ ban đầu của lò nướng: 525°F (270°C)
f) Đặt bánh mì vào lò nướng và rưới một cốc nước vào đáy lò. Giảm nhiệt độ xuống 450°F (230°C).
g) Nướng trong khoảng 30 phút.

44. bánh mì hạt dẻ

Làm 2 ổ bánh mì

THÀNH PHẦN:
- 2 cốc (500 ml) nước, nhiệt độ phòng
- 16 ounce (450 g) bột chua lúa mạch đen
- 3¾ cốc (450 g) bột mì
- 2¼ cốc (225 g) bột mì, rây mịn
- 2¼ cốc (225 g) bột lúa mạch đen mịn
- 1½ muỗng canh (25 g) muối
- 2½ cốc (350 g) quả phỉ nguyên hạt
- dầu ô liu cho bát

HƯỚNG DẪN:

a) Trộn tất cả các thành phần trừ muối và các loại hạt. Nhào bột tốt.

b) Thêm muối và các loại hạt và nhào vào bột.

c) Cho bột vào tô trộn nhựa đã tráng dầu và để bột nở trong khoảng 3 giờ.

d) Tách và nặn bột thành 2 ổ bánh và đặt chúng lên một tấm nướng đã được bôi mỡ. Hãy tăng thêm một giờ nữa hoặc lâu hơn.

e) Nhiệt độ ban đầu của lò nướng: 525°F (270°C)

f) Đặt các ổ bánh vào lò nướng và giảm nhiệt độ xuống 450°F (230°C).

g) Nướng bánh trong 30-40 phút.

45. Bánh mì ngọt

Làm 1 ổ bánh mì

THÀNH PHẦN:
- 26½ ounce (750 g) bột chua lúa mạch đen
- 1¼ cốc (300 ml) nước, nhiệt độ phòng
- 3½ thìa cà phê (20 g) muối
- 1 muỗng canh (10 g) hạt thì là
- 2½ cốc (300 g) bột mì
- 3 cốc (300 g) bột mì, rây mịn

HƯỚNG DẪN:
a) Trộn các thành phần và nhào cho đến khi bột mịn. Để nó tăng lên dưới một miếng vải trong 1 giờ.
b) Định hình bột thành một ổ bánh mì tròn, lớn. Đặt nó trên một tấm nướng mỡ và phủ một miếng vải.

c) Để bột nở trong 1-2 giờ.

d) Trước khi cho vào lò nướng, rắc bột mì lên trên. Nướng trong lò ở nhiệt độ 400°F (210°C) trong khoảng 40-50 phút.

FOCACCIA

46. Bánh mì dẹt kiểu Ý (focaccia)

Thực hiện: 1 Khẩu phần

THÀNH PHẦN:
- 2½ cốc Bột mì đa dụng; đến 3 độ C
- 2¼ muỗng canh Men khô hoạt tính; Hoặc tăng nhanh
- 1 muỗng canh Đường
- 1 muỗng canh muối
- 1 chén nước ấm
- 1 muỗng canh dầu
- ½ chén hành tây xắt nhỏ
- 2 muỗng canh Bơ hoặc bơ thực vật
- ¼ muỗng canh Đường
- ⅛ muỗng canh muối

HƯỚNG DẪN:

a) Trong bát trộn lớn, kết hợp 1½ c. bột mì, men, 1 T. đường và 1 t.

b) muối; trộn đều. Thêm nước và dầu vào hỗn hợp bột. Trộn ở tốc độ thấp cho đến khi được làm ẩm; đánh 3 phút tốc độ trung bình.

c) Bằng tay, dần dần khuấy đủ số bột còn lại để tạo thành một khối bột cứng. Nhào trên bề mặt bột từ 5 đến 8 phút, thêm bột nếu cần. Đặt trong bát mỡ, chuyển sang đầu mỡ. Che phủ; để chỗ ấm khoảng 40 phút (20 phút đối với men Quick Rise).

d) Chuẩn bị topping hành tây. Trong chảo nhỏ, xào hành tây trong bơ cho đến khi mềm.

e) Khuấy trong ⅓ t. đường và ⅛ t. muối.

f) Đập bột xuống. Trên bề mặt bột nhẹ, định hình bột thành một quả bóng.

g) Đặt trên tấm cookie bôi mỡ. Làm phẳng thành hình tròn 10 inch. Dùng dao để bàn, cắt một hình tròn trên bột cách mép khoảng 1 inch, cắt gần hết tấm bánh quy. Chích trung tâm bằng một cái nĩa. Trải Onion Topping lên trên miếng bột đã nướng.

h) Che phủ; để tăng ở nơi ấm áp khoảng 30 phút (15 phút cho Tăng nhanh). Nướng ở 375 độ. trong 25 đến 30 phút cho đến khi vàng nâu.

47. táo focaccia

Làm cho: 8 phần ăn

THÀNH PHẦN:
BỘT:
- 1 quả táo nhỏ, bỏ lõi và cắt làm tư
- 2 chén bột mì trắng chưa tẩy trắng
- ¼ muỗng cà phê quế
- 1 thìa Đường hoặc 2 thìa mật ong
- 1 ít men tăng nhanh
- ¼ muỗng cà phê muối
- ⅓ đến ½ cốc nước máy nóng
- ⅓ cốc nho khô

ĐỔ ĐẦY:
- 4 quả táo vừa
- Nước cốt của ½ quả chanh
- Nhúm hạt tiêu trắng

- Véo Đinh hương
- Nhúm thảo quả
- Nhúm hạt nhục đậu khấu
- Nhúm gừng xay
- 1 t. tinh dầu vanilla
- ¼ đến ⅓ C. đường hoặc mật ong
- ¼ đến ½ C. đường nâu hoặc
- 2 T mật đường
- 1 t. bột ngô

KEM PHỦ LÊN BÁNH:
- 2 T. mứt mơ hoặc chất bảo quản
- 1 t. Nước

HƯỚNG DẪN:
BỘT:

a) Chế biến quả táo đã cắt làm tư trong máy xay thực phẩm trong khoảng 20 giây; chuyển sang một cái bát riêng.

b) Thêm 2 C. bột mì, quế, đường hoặc mật ong, men và muối nếu muốn vào máy xay thực phẩm; xử lý 5 giây. Thêm táo chế biến; xử lý thêm 5 giây. Khi bộ xử lý đang chạy, thêm dần nước nóng ⅓ C. qua ống nạp. Dừng máy và để bột nghỉ khoảng 20 giây. Tiếp tục chế biến và thêm nước dần dần qua ống nạp cho đến khi bột tạo thành một quả bóng mềm và các mặt của tô sạch. Xung 2 hoặc 3 lần.

c) Rắc nho khô và 1 T bột mì lên bề mặt sạch. Lật bột lên bề mặt và nhào trong khoảng 1 phút để kết hợp nho khô. Thêm bột nếu bột rất dính.

d) Nhẹ bột bên trong túi nhựa. Cho bột vào túi, đậy kín và để bột nghỉ trong 15 đến 20 phút ở nơi tối, ấm áp.

e) Cán bột thành hình tròn có đường kính từ 12 đến 14 inch. Đặt trong chảo dầu hoặc một món nướng. Đậy bằng khăn bếp và đặt ở nơi ấm áp trong khi bạn chuẩn bị đổ đầy. Làm nóng lò ở 400 độ.

ĐỔ ĐẦY:

Lấy lõi và cắt lát táo mỏng như giấy. Rưới nước cốt chanh lên lát táo. Thêm các thành phần làm đầy còn lại và trộn đều.

f) Muỗng nhồi vào bột. Nướng 20 phút thì xoay chảo 180 độ. Giảm nhiệt độ lò xuống 375 độ và nướng thêm 20 phút hoặc cho đến khi táo chín vàng. Làm nguội trong chảo trong 5 phút. Lấy ra khỏi chảo và để nguội hoàn toàn trên giá dây.

KEM PHỦ LÊN BÁNH:

g) Trong một cái chảo nhỏ, làm tan chảy mứt hoặc chất bảo quản. Thêm nước và đun sôi, khuấy mạnh. Chải men lên táo và phục vụ.

48. focaccia cơ bản

Thực hiện: 4 phần ăn

THÀNH PHẦN:
- 2¼ muỗng cà phê Men khô hoạt tính
- 3 chén bột mì
- ½ muỗng cà phê muối
- ½ muỗng cà phê Đường
- 1 ly nước; thêm
- 2 muỗng canh Nước
- 1 muỗng canh dầu ô liu
- 2 muỗng canh dầu ô liu nguyên chất
- 2 muỗng cà phê muối thô
- Hạt tiêu vừa mới nghiền

HƯỚNG DẪN:
QUY TRÌNH MÁY

a) Thêm nguyên liệu, ngoại trừ lớp trên, theo thứ tự được chỉ định trong sổ tay hướng dẫn sử dụng máy làm bánh mì của bạn. Đặt máy làm bánh mì ở chế độ nhào bột/cài đặt thủ công. Khi kết thúc chương trình, nhấn xóa/dừng. Để đấm bột xuống, nhấn bắt đầu và để nhào trong 60 giây. Nhấn xóa/dừng lại. Lấy bột ra và để nghỉ 5 phút trước khi tạo hình bằng tay.

b) Nếu máy làm bánh mì của bạn không có cài đặt nhào bột/thủ công, hãy làm theo quy trình làm bánh mì thông thường, nhưng chỉ nhào bột một lần. Khi kết thúc chu trình nhào, nhấn xóa/dừng. Để bột nở trong 60 phút, kiểm tra sau 30 phút đầu tiên để đảm bảo bột không nở quá mức và chạm vào nắp. Nhấn bắt đầu và để máy chạy trong 60 giây để đấm bột.

c) Nhấn xóa/dừng lại. Lấy bột ra và để nghỉ 5 phút trước khi tạo hình bằng tay.

KỸ THUẬT NÉT BÀN TAY:

d) Rắc tay với bột mì. Dùng đầu ngón tay dàn đều bột vào chảo nướng có thoa dầu nhẹ 13- X 9- X 1 inch. Che bằng một miếng vải nhà bếp sạch sẽ.

e) Để tăng cho đến khi chiều cao tăng gấp đôi, khoảng 30 đến 60 phút.

f) Làm nóng lò ở 400F.

g) Tạo những vết lõm nhẹ bằng đầu ngón tay trên bề mặt bột đã nở. Chải với dầu ô liu nguyên chất và rắc muối thô và hạt tiêu đen.

h) Nướng trên giá dưới cùng của lò nướng trong khoảng 30 đến 35 phút, hoặc cho đến khi vàng nâu. Để nguội trong chảo.

i) Cắt thành mười hai miếng bằng nhau và phục vụ ở nhiệt độ phòng.

49. focaccia xoắn ốc húng quế

Thực hiện: 8 phần ăn

THÀNH PHẦN:
- 2½ muỗng cà phê Men khô hoạt tính
- ½ chén nước ấm
- ½ cốc Cộng
- 2 muỗng canh Nước; nhiệt độ phòng
- ½ chén dầu ô liu nguyên chất có vị nhẹ
- 500 gram bột mì chưa tẩy trắng
- 1½ muỗng cà phê muối biển (tối đa)
- 3 muỗng canh dầu ô liu nguyên chất nhẹ
- 1 bó húng quế tươi lớn
- 1 muỗng canh dầu ô liu nguyên chất

HƯỚNG DẪN:
a) Đánh men vào nước ấm trong một bát lớn; để yên cho đến khi kem, khoảng 10 phút. Khuấy nước ở nhiệt độ phòng và dầu.

b) Nếu bạn đang làm bột bằng tay, hãy kết hợp bột mì và muối, thêm chúng làm 2 phần bổ sung và trộn cho đến khi bột kết dính tốt với nhau. Nhào trên một bề mặt có rắc ít bột mì trong 4 đến 5 phút, để bột nghỉ một thời gian ngắn và nhào xong trong một hoặc hai phút nữa. Bột sẽ mềm và mịn như dái tai.

c) Nếu bạn đang sử dụng máy trộn điện hạng nặng, hãy sử dụng phụ kiện cánh khuấy để trộn bột và muối vào hỗn hợp men cho đến khi chúng tạo thành bột nhão. Chuyển sang móc bột và nhào trong 2 đến 3 phút hoặc cho đến khi bột mềm như dái tai.

d) Ủ LẦN ĐẦU TIÊN: Cho bột vào hộp đã thoa dầu nhẹ, dùng màng bọc thực phẩm đậy kín và ủ bột cho đến khi nở gấp đôi, khoảng 1 giờ đến 1 giờ 15 phút.

e) TẠO HÌNH VÀ ĐÁNH BĂNG LẦN THỨ HAI: Lật bột ra một bề mặt làm việc đã được rắc ít bột mì và dùng cây cán bột đã cán nhẹ bột thành hình chữ nhật 12 x 18 inch, dày khoảng $\frac{1}{4}$ inch. Bột sẽ dễ dàng lăn ra và dễ dàng sửa chữa nếu nó bị rách. Để làm đầy, phết 2 đến 3 thìa canh dầu ô liu lên trên mặt bột - nhớ chải kỹ, đều tay - rồi phủ một lớp lá húng quế dày lên bề mặt.

f) Cuộn bột từ đầu dài, giống như cuộn thạch. Tra dầu thật kỹ vào chảo ống đựng thức ăn thiên thần 10 x 4 inch và cho bột vào đó, đường may úp xuống.

g) Nướng bánh: Ít nhất 30 phút trước khi bạn định nướng bánh, hãy làm nóng lò ở nhiệt độ 200C/400F với một viên đá nướng bên trong, nếu có.

h) Chải đầu "sfoglierata" với 1 muỗng canh dầu ô liu. Đặt chảo trực tiếp lên đá và nướng cho đến khi vàng, khoảng

40 phút. Để nguội trong 15 hoặc 20 phút, sau đó trượt lưỡi của một con dao dài mỏng hoặc thìa giữa "sfoglierata" và các mặt chảo và ống trung tâm để nới lỏng nó. Đặt trên giá đỡ. Phục vụ ấm áp.

50. máy làm bánh mì focaccia

Thực hiện: 2 vòng

THÀNH PHẦN:
- 1 gói ($\frac{1}{4}$ ounce) men khô hoạt tính
- 3 chén bột mì
- 1 muỗng cà phê Đường
- 1 cốc Cộng với 2 muỗng canh nước ấm
- 3 muỗng canh dầu ô liu nguyên chất
- 1 muỗng canh muối Kosher
- Lá từ 2 nhánh hương thảo

HƯỚNG DẪN:

a) Theo thứ tự được nhà sản xuất máy làm bánh mì khuyến nghị, hãy kết hợp men, bột mì, đường, muối và nước ấm trong bình chứa của máy.

b) Đặt máy ở chu trình nhào bột và nếu bạn có khả năng, hãy đặt chế độ bánh mì Pháp hoặc bánh mì trắng. Đóng nắp và khởi động máy.

c) Khi bột đã sẵn sàng và máy báo hiệu kết thúc chu trình, chuyển bột sang một mặt phẳng đã rắc nhẹ bột và chia đôi.

d) Định hình mỗi nửa thành một đĩa tròn và chuyển các đĩa này sang 1 khay nướng lớn hoặc 2 khay nướng nhỏ. Dùng màng bọc thực phẩm bọc lại và đặt sang một bên để tăng gấp đôi, thường là 45 phút đến 1 giờ. (Đừng lo lắng nếu mất tới 2 giờ.)

e) Đập đĩa xuống và trải từng cái thành một hình tròn từ 8 đến 9 inch dày khoảng $\frac{1}{2}$ inch. Sử dụng đốt ngón tay của bạn để làm lõm phần trên của bột. Đậy nắp và để riêng cho đến khi nổi lên và sưng húp, khoảng 45 phút; một lần nữa, lên đến 2 giờ là tốt.

f) Làm nóng lò ở nhiệt độ 425 F. Ngay trước khi nướng, hãy sử dụng đốt ngón tay của bạn để làm lõm bề mặt của từng focaccia một lần nữa. Rưới dầu lên hình tròn và dùng thìa phết vào các chỗ lõm. Rắc muối kosher lên focaccia và rải lá hương thảo lên trên.

g) Nướng focaccia ở một phần ba trên cùng của lò nướng trong khoảng 18 phút hoặc cho đến khi mặt trên vàng và mặt dưới có màu nâu nhạt và giòn.

h) Chuyển đến một giá đỡ dây. Cắt thành miếng và dùng ngay, hoặc để nguội và bọc lại sau.

51. phô mai focaccia

Thực hiện: 12 phần ăn

THÀNH PHẦN:
- 1 pound bột bánh mì đông lạnh Loaf; rã đông
- 1 quả trứng
- 1 chén pho mát Cottage
- 2 muỗng canh Parmesan
- $\frac{1}{2}$ muỗng cà phê húng quế khô
- $\frac{1}{2}$ muỗng cà phê Lá oregano khô
- $\frac{1}{4}$ muỗng cà phê muối tỏi
- $\frac{1}{4}$ muỗng cà phê tiêu
- $\frac{3}{4}$ chén nước sốt pizza đã chuẩn bị
- 3 lạng phô mai Mozzarella

HƯỚNG DẪN:
a) Chia bột bánh mì làm đôi. Nhấn và kéo căng một nửa vào chảo nướng 13x9" đã bôi mỡ, đẩy bột lên các mặt để

tạo thành vành nông. Đánh trứng vào bát, khuấy đều các nguyên liệu còn lại trừ sốt pizza và phô mai mozzarella.

b) Trải đều trên bột. Kéo căng nửa phần bột còn lại cho vừa khuôn, đặt nhân lên trên và ấn các mép bột cho kín hoàn toàn. Để nơi ấm áp cho đến khi tăng gấp đôi khoảng 1 giờ.

c) Phết đều sốt pizza lên mặt bột, rắc phô mai mozzarella.

d) Nướng 375, 30 phút cho đến khi các cạnh giòn và phô mai tan chảy.

e) Để nguội 5 phút. Cắt thành hình vuông.

52. focaccia thảo mộc dễ dàng

Thực hiện: 24 phần ăn

THÀNH PHẦN:
- 16 ounce Hỗn hợp cuộn nóng đóng gói
- 1 quả trứng
- 2 muỗng canh dầu ô liu
- ⅔ chén Hành đỏ; Thái nhỏ
- 1 thìa cà phê hương thảo khô; Nghiền
- 2 muỗng cà phê dầu ô liu

HƯỚNG DẪN:
a) Bôi nhẹ hai chảo nướng tròn 9 x 1½ inch, chảo nướng 15 x 10 x 1 inch hoặc chảo nướng bánh pizza 12 đến 14 inch. Để qua một bên.

Chuẩn bị hỗn hợp bánh cuốn nóng theo hướng dẫn trên bao bì cho bột nhào cơ bản, sử dụng 1 quả trứng và thay thế 2 muỗng canh dầu cho bơ thực vật được ghi trên bao bì. Bột nhào; cho phép nghỉ ngơi theo chỉ dẫn. Nếu sử dụng chảo nướng tròn, hãy chia bột làm đôi; cuộn thành hai vòng 9 inch.

b) Nấu hành tây và hương thảo trong chảo với 2 muỗng cà phê dầu nóng cho đến khi mềm. Dùng đầu ngón tay ấn vào các vết lõm mỗi inch hoặc hơn trong bột.

c) Bột trên cùng với hỗn hợp hành tây. Đậy kín, để chỗ ấm cho nở gần gấp đôi (khoảng 30 phút).

d) Nướng trong lò 375 độ trong 15 đến 20 phút hoặc cho đến khi vàng.

e) Làm mát 10 phút trên giá dây. Lấy ra khỏi chảo và để nguội hoàn toàn.

53. Focaccia-chay

Thực hiện: 8 phần ăn

THÀNH PHẦN:
- Bột Focaccia
- ½ pound Rau bina, nấu chín, để ráo nước
- ½ pound Nấm, thái lát
- 2 chén phô mai ricotta ít béo,
- 4 ounces Phô mai mozzarella ít béo
- ¼ chén rau mùi tây, tươi, xắt nhỏ
- 1 lòng trắng trứng hoặc trứng thay thế

HƯỚNG DẪN:
a) Xả phô mai ricotta. Cán bột thành hình chữ nhật 12x9. Trải với rau bina, sau đó là ricotta, sau đó là nấm, sau đó là phô mai mozzarella. Cuộn lên.

b) Bịt kín các cạnh bằng lòng trắng trứng hoặc chất thay thế trứng. Tạo thành hình tròn và dán các đầu hình tròn bằng lòng trắng trứng hoặc chất thay thế trứng. Chải đầu với trứng. Nướng ở 350 độ trong khoảng 40 phút.

54. Focaccia hành tây thảo mộc

Thực hiện: 1 Khẩu phần

THÀNH PHẦN:
- $2\frac{3}{4}$ chén bột mì đa dụng
- 1 gói men nở nhanh
- $2\frac{1}{2}$ muỗng cà phê Lá oregano khô; nghiền
- $\frac{1}{2}$ muỗng cà phê muối
- 1 cốc nước rất ấm; (120-130)
- $\frac{1}{4}$ chén dầu Olive
- 2 muỗng canh dầu ô liu
- 1 quả trứng
- $1\frac{1}{2}$ chén Hành tây thái lát mỏng
- 1 thìa cà phê hương thảo; (không bắt buộc)
- 1 thìa cà phê muối thô; (không bắt buộc)

HƯỚNG DẪN:

a) Trong một bát lớn, kết hợp 1-¾ chén bột mì, men CHƯA HẤP DẪN, lá oregano và muối. Khuấy nước và 2 muỗng canh dầu ô liu vào nguyên liệu khô. Khuấy trứng và đủ bột để tạo thành bột cứng. Đậy nắp để nghỉ 10 phút.

b) Trong khi đó, trong một cái chảo lớn, thêm ¼ chén dầu ô liu và đun cho đến khi nóng, thêm hành tây vào nấu từ 3 đến 4 phút cho đến khi mềm không chuyển sang màu nâu.

c) Đặt sang một bên để làm mát một chút. Với tay hơi dính dầu, phết bột vào chảo nướng 13 X 9 X 2 inch đã bôi dầu. Tạo những vết lõm nhỏ trên bề mặt bột bằng ngón tay hoặc đầu thìa gỗ. Rải đều hỗn hợp hành tây đã để sẵn lên trên bột.

d) Rắc muối thô và hương thảo nếu muốn. Đậy lỏng bằng màng bọc thực phẩm để ở nơi ấm áp cho đến khi nở gấp đôi khoảng 30 phút, nướng ở nhiệt độ 400 trong 25 phút cho đến khi chín. phục vụ ấm áp

55. táo focaccia

Làm cho: 8 phần ăn

THÀNH PHẦN:
- 1 quả táo nhỏ, bỏ lõi và cắt làm tư
- 2 chén bột mì trắng chưa tẩy trắng, cộng với để nhào
- ¼ muỗng cà phê quế
- 1 thìa Đường hoặc 2 thìa mật ong
- 1 ít men tăng nhanh
- ½ t muối (không bắt buộc)
- ½ C nước máy nóng
- ⅓ cốc nho khô

ĐỔ ĐẦY:
- 4 quả táo vừa
- Nước cốt của ½ quả chanh

- Nhúm hạt tiêu trắng
- Véo Đinh hương
- Nhúm bạch đậu khấu
- Nhúm hạt nhục đậu khấu
- Nhúm gừng xay
- 1 t. tinh dầu vanilla
- ⅓ C. đường hoặc mật ong
- 1 t. bột ngô

KEM PHỦ LÊN BÁNH:
- 2 T. mứt mơ hoặc chất bảo quản
- 1 t. Nước

HƯỚNG DẪN

a) Bột nhào: Chế biến quả táo đã cắt làm tư trong máy xay thực phẩm trong khoảng 20 giây; chuyển sang một cái bát riêng.

b) Thêm 2 C. bột mì, quế, đường hoặc mật ong, men và muối nếu muốn vào máy xay thực phẩm; xử lý 5 giây. Thêm táo chế biến; xử lý thêm 5 giây. Khi bộ xử lý đang chạy, thêm dần nước nóng ⅓ C. qua ống nạp. Dừng máy và để bột nghỉ khoảng 20 giây.

c) Tiếp tục chế biến và thêm nước dần dần qua ống nạp cho đến khi bột tạo thành một quả bóng mềm và các mặt của tô sạch.

d) Xung 2 hoặc 3 lần.

e) Rắc nho khô và 1 T bột mì lên bề mặt sạch. Lật bột lên bề mặt và nhào trong khoảng 1 phút để kết hợp nho khô. Thêm bột nếu bột rất dính.

f) Nhẹ bột bên trong túi nhựa. Cho bột vào túi, đậy kín và để bột nghỉ trong 15 đến 20 phút ở nơi tối, ấm áp.

g) Cán bột thành hình tròn có đường kính từ 12 đến 14 inch. Đặt trong chảo đã bôi dầu (rất tiếc! Sử dụng giấy xịt hoặc giấy da!) hoặc đĩa nướng. Đậy bằng khăn bếp và đặt ở nơi ấm áp trong khi bạn chuẩn bị đổ đầy. Làm nóng lò ở 400 độ.

h) Nhân: Táo bỏ lõi và cắt miếng giấy mỏng. Rưới nước cốt chanh lên lát táo. Thêm các thành phần làm đầy còn lại và trộn đều.

i) Muỗng nhồi vào bột. Nướng 20 phút thì xoay chảo 180 độ. Giảm nhiệt độ lò xuống 375 độ và nướng thêm 20 phút hoặc cho đến khi táo chín vàng. Làm nguội trong chảo trong 5 phút. Lấy ra khỏi chảo và để nguội hoàn toàn trên giá dây.

j) Tráng men: Trong một cái chảo nhỏ, làm tan chảy mứt hoặc chất bảo quản. Thêm nước và đun sôi, khuấy mạnh. Chải men lên táo và phục vụ. Phục vụ 8 đến 10.

56. focaccia xoắn ốc húng quế

Thực hiện: 8 phần ăn

THÀNH PHẦN:
- 2½ muỗng cà phê Men khô hoạt tính
- ½ chén nước ấm
- ½ cốc Cộng
- 2 muỗng canh Nước; nhiệt độ phòng
- ½ chén dầu ô liu nguyên chất có vị nhẹ
- 500 gram bột mì chưa tẩy trắng
- 1½ muỗng cà phê muối biển (tối đa)
- 3 muỗng canh dầu ô liu nguyên chất nhẹ
- 1 bó húng quế tươi lớn
- 1 muỗng canh dầu ô liu nguyên chất

HƯỚNG DẪN

a) Đánh men vào nước ấm trong một bát lớn; để yên cho đến khi kem, khoảng 10 phút. Khuấy nước ở nhiệt độ phòng và dầu.

b) Nếu bạn đang làm bột bằng tay, hãy kết hợp bột mì và muối, thêm chúng làm 2 phần bổ sung và trộn cho đến khi bột kết dính tốt với nhau. Nhào trên một bề mặt có rắc ít bột mì trong 4 đến 5 phút, để bột nghỉ một thời gian ngắn và nhào xong trong một hoặc hai phút nữa. Bột sẽ mềm và mịn như dái tai. Nếu bạn đang sử dụng máy trộn điện hạng nặng, hãy sử dụng phụ kiện cánh khuấy để trộn bột và muối vào hỗn hợp men cho đến khi chúng tạo thành bột nhão. Chuyển sang móc bột và nhào trong 2 đến 3 phút hoặc cho đến khi bột mềm như dái tai.

c) Ủ LẦN ĐẦU TIÊN: Cho bột vào hộp đã thoa dầu nhẹ, dùng màng bọc thực phẩm đậy kín và ủ bột cho đến khi nở gấp đôi, khoảng 1 giờ đến 1 giờ 15 phút.

d) HÌNH DẠNG VÀ ĐÁNH BĂNG THỨ HAI: Lật bột ra một bề mặt làm việc đã được rắc ít bột mì và dùng cây cán bột đã cán bột nhẹ để cán bột thành hình chữ nhật 12 x 18 inch dày khoảng $\frac{1}{4}$ inch. Bột sẽ dễ dàng lăn ra và dễ dàng sửa chữa nếu nó bị rách. Để làm đầy, phết 2 đến 3 thìa canh dầu ô liu lên trên mặt bột - nhớ chải kỹ, đều tay - rồi phủ một lớp lá húng quế dày lên bề mặt.

e) Cuộn bột từ đầu dài, giống như cuộn thạch. Tra dầu thật kỹ vào chảo ống thực phẩm thiên thần 10 x 4 inch và cho bột vào đó, mặt có đường may úp xuống.

f) Đừng lo lắng nếu 2 đầu của cuộn không chạm vào nhau; họ sẽ sau lần tăng thứ hai. Đậy bột bằng một chiếc khăn và để bột nở gấp đôi, khoảng 1 đến 1 tiếng rưỡi.

g) Nướng bánh: Ít nhất 30 phút trước khi bạn định nướng bánh, hãy làm nóng lò ở nhiệt độ 200C/400F với một viên đá nướng bên trong, nếu có. Chải đầu "sfoglierata" với 1 muỗng canh dầu ô liu. Đặt chảo trực tiếp lên đá và nướng cho đến khi vàng, khoảng 40 phút. Để nguội trong 15 hoặc 20 phút, sau đó trượt lưỡi của một con dao dài mỏng hoặc thìa giữa "sfoglierata" và các mặt chảo và ống trung tâm để nới lỏng nó. Đặt trên giá đỡ. Phục vụ ấm áp.

57. phô mai focaccia

Thực hiện: 12 phần ăn

THÀNH PHẦN:
- 1 pound bột bánh mì đông lạnh Loaf; rã đông theo hướng dẫn của pkg
- 1 quả trứng
- 1 chén pho mát Cottage
- 2 muỗng canh Parmesan
- ½ muỗng cà phê húng quế khô
- ½ muỗng cà phê Lá oregano khô
- ¼ muỗng cà phê muối tỏi
- ¼ muỗng cà phê tiêu
- ¾ chén nước sốt pizza đã chuẩn bị
- 3 lạng phô mai Mozzarella

HƯỚNG DẪN

a) Chia bột bánh mì làm đôi. Nhấn và kéo căng một nửa vào chảo nướng 13x9" đã bôi mỡ, đẩy bột lên các mặt để tạo thành vành nông.

b) Trong một cái bát đánh trứng, khuấy đều các nguyên liệu còn lại trừ sốt pizza và phô mai mozzarella. Trải đều trên bột.

c) Kéo căng nửa phần bột còn lại cho vừa khuôn, đặt nhân lên trên và ấn các mép bột cho kín hoàn toàn. Để nơi ấm áp cho đến khi tăng gấp đôi khoảng 1 giờ.

d) Phết đều sốt pizza lên mặt bột, rắc phô mai mozzarella.

e) Nướng 375, 30 phút cho đến khi các cạnh giòn và phô mai tan chảy. Để nguội 5 phút. Cắt thành hình vuông.

BÁNH MÌ

58. Chong chóng phô mai xanh

Thực hiện: 36 phần ăn

THÀNH PHẦN:
- ¼ pound Phô mai xanh (nhiệt độ phòng)
- ½ chén rau mùi tây băm nhỏ
- 4 muỗng canh bơ, làm mềm
- 6 lát Bánh mì trắng mềm

HƯỚNG DẪN:

a) Trong bát nhỏ, trộn phô mai xanh, ¼ chén rau mùi tây băm nhỏ và bơ cho đến khi trộn đều.

b) Cắt lớp vỏ từ lát bánh mì; dự trữ vụn bánh mì để làm vụn bánh mì vào một ngày khác. Dùng cán lăn, cán phẳng các lát bánh mì. Phết đều khoảng 1 muỗng canh hỗn hợp phô mai lên mỗi lát bánh mì; cuộn lên, thời trang cuộn thạch.

c) Trên giấy sáp, đặt $\frac{1}{4}$ chén rau mùi tây băm nhỏ còn lại. Phết bơ còn lại bên ngoài cuộn phô mai; phủ nhẹ với rau mùi tây. Quấn chặt cuộn trong bọc nhựa; để tủ lạnh ít nhất 30 phút để cắt dễ dàng hơn.

d) Để phục vụ, cắt từng cuộn phô mai phủ rau mùi tây thành sáu lát. Đặt các lát, mặt cắt hướng lên trên đĩa. Làm 3 chục món khai vị.

59. Chong chóng rau chân vịt

Thực hiện: 16 Món khai vị

THÀNH PHẦN:
- 1 lon chả lụa lạnh
- 8 lá rau bina tươi lớn
- 6 muỗng canh Phô mai kem thảo mộc tỏi; làm mềm

HƯỚNG DẪN:
a) Làm nóng lò nướng đến 350~. Cán bột thành 2 hình chữ nhật dài.

b) Nghiền nhuyễn các lỗ thủng để bị t kín. Phết phô mai kem đến các cạnh trong vòng 14 inch; trên cùng là lá rau bina.

c) Bắt đầu từ cạnh ngắn nhất, cuộn từng hình chữ nhật lên; nhấn các cạnh để niêm phong. Cắt mỗi cuộn thành 8 lát.

d) Đặt, cắt úp xuống, trên tấm bánh quy không bôi trơn.

e) Nướng ở nhiệt độ 350~ trong 12-18 phút hoặc cho đến khi có màu vàng nâu.

f) Xóa ngay khỏi bảng cookie. Phục vụ ấm áp.

60. Pesto phô mai và chong chóng ô liu

Làm cho: 100

THÀNH PHẦN:
- 12 ounce Phô mai kem; làm mềm
- 1 cốc Parmesan nạo
- 2 củ Hành lá; băm nhỏ
- ⅓ chén sốt pesto yêu thích của bạn
- 1 gói Bánh phồng đông lạnh; rã đông cho đến khi lạnh
- Đủ để cuộn nhưng vẫn ướp lạnh
- 1½ cốc ô liu chín nguyên hạt; nêm hoặc băm nhỏ

HƯỚNG DẪN:
a) Đánh cùng phô mai kem, phô mai parmesan, hành lá và sốt pesto cho đến khi trộn đều. Trên bề mặt đã được rắc bột nhẹ, cuộn một nửa bánh phồng (1 tờ) thành hình chữ nhật 10x6 inch.

b) Phết một nửa hỗn hợp phô mai lên bánh ngọt, phủ kín hoàn toàn.
c) Rải một nửa quả ô liu lên trên.
d) Cuộn theo chiều dọc giống như cuộn thạch, bắt đầu từ cạnh dài để tạo thành khúc gỗ.
e) Lặp lại với bánh ngọt, nhân và ô liu còn lại. Đóng băng các bản ghi cho đến khi rắn.
f) Làm nóng lò nướng đến 375 độ. Lấy khúc gỗ ra khỏi tủ đông 10-15 phút. trước khi nướng.
g) Cắt thành những viên tròn dày $\frac{1}{4}$ inch.
h) Đặt cách nhau $1\frac{1}{2}$ inch trên tấm nướng chống dính.
i) Nướng 10-12 phút. hoặc cho đến khi có màu nâu nhạt.

61. Chong chóng Parmesan và Pesto

Làm cho: 35 cái chong chóng

THÀNH PHẦN:
- 1 tờ bánh phồng đông lạnh
- ⅓ chén sốt Pesto; của hàng mua, hoặc tự chế
- ½ chén phô mai Parmesan nạo
- 1 quả trứng; bị đánh với
- 1 muỗng cà phê Nước

HƯỚNG DẪN:
a) Rã đông bánh phồng 20 phút. Mở ra và lăn trên một bề mặt có rắc bột nhẹ thành hình chữ nhật 14 x 11. Phết đều sốt pesto và rắc phô mai Parmesan.
b) Bắt đầu từ cạnh dài, cuộn bánh ngọt lại như cuộn thạch.

c) Cắt cuộn bánh ngọt theo chiều ngang thành những lát dày $\frac{3}{8}$ inch. Đặt trên tấm nướng mỡ nhẹ và chải bằng hỗn hợp trứng.

d) Nướng ở 400 độ trong 8 đến 10 phút hoặc cho đến khi vàng nâu. Chuyển sang giá dây và phục vụ khi còn ấm.

62. Chong chóng rau bina mặn

Thực hiện: 10 phần ăn

THÀNH PHẦN:
- 5 chén bột mì đa dụng
- 1½ muỗng cà phê muối
- 2 muỗng canh Bột nở
- ½ chén phô mai Parmesan nạo
- ½ muỗng cà phê Tiêu đen
- 1½ muỗng cà phê húng quế khô
- 8 ounce Bơ lạnh; cắt thành miếng nhỏ
- 1¾ cốc Kem nặng
- 2 quả trứng; bị đánh
- ½ pound Phô mai feta vụn; ráo nước
- 1½ chén phô mai Ricotta
- ½ muỗng cà phê thì là khô

- ½ muỗng cà phê Tiêu đen
- 24 ounce Rau bina xắt nhỏ đông lạnh; rã đông và vắt
- 2 quả trứng; bị đánh

HƯỚNG DẪN:

a) Làm nóng lò ở 375 độ. Trong bộ xử lý thực phẩm, kết hợp bột mì, muối, bột nở, Parmesan, hạt tiêu và húng quế.

b) Thêm bơ và bộ xử lý xung cho đến khi hỗn hợp giống như kết cấu của bột ngô.

c) Thêm kem và 2 quả trứng và trộn đều. Lấy bột ra và lăn trên bề mặt có rắc ít bột mì cho đến khi dày khoảng ½ inch.

d) Để làm nhân, kết hợp feta, ricotta, thì là, hạt tiêu và rau bina trong máy trộn hoặc máy xay thực phẩm. Trải đều nhân lên hình chữ nhật bột.

e) Bắt đầu từ cạnh dài, lăn bột qua nhân. Cắt bột đã cán thành các đoạn dài 2 inch và đặt chong chóng lên tấm nướng đã được bôi mỡ nhẹ.

f) Đập hai quả trứng và chải nhẹ từng chiếc chong chóng. Nướng 25-35 phút, cho đến khi có màu nâu nhạt. Làm 10 cái chong chóng.

63. Chong chóng kem phô mai sô cô la

Làm cho: 6 phần ăn

THÀNH PHẦN:
- 1 gói (8 oz) bánh cuộn hình lưỡi liềm để trong tủ lạnh
- 4 ounce Phô mai kem; làm mềm
- 2 muỗng canh mứt mơ
- ½ cốc chip sô cô la Semisweet, loại nhỏ
- ⅓ chén Quả óc chó; băm nhỏ

HƯỚNG DẪN:
a) Làm nóng lò ở nhiệt độ 375 F. Trên một tờ giấy sáp có rắc bột nhẹ, trải các cuộn hình lưỡi liềm ra nhưng không tách rời. Pat cuộn để tạo thành một hình chữ nhật; chụm các đường nối lại với nhau. Bột nhào nhẹ hình chữ nhật; phủ một tờ giấy sáp khác lên trên và dùng cán lăn lăn thành hình chữ nhật 10 x 15 inch.

b) Trộn kem phô mai với mứt cho đến khi mịn. Trải đều bột đến các cạnh trong vòng 1 inch. Rắc vụn sô cô la và sau đó rắc đều các loại hạt lên trên bột. Cuộn lên từ một cạnh dài, thời trang cuộn thạch, ép các đường nối lỏng lẻo lại với nhau khi bạn di chuyển. Cắt cuộn thành 9 lát bằng nhau.

c) Đặt các lát cắt cạnh xuống trong chảo bánh 9 inch đã được bôi mỡ, làm phẳng một chút để lấp đầy chảo. Nướng 20 phút, hoặc cho đến khi vàng nâu. Phục vụ ấm áp.

64. Chong chóng Pimento kem phô mai

Thực hiện: 1 Khẩu phần

THÀNH PHẦN:
- 8 ounces Phô mai kem (reg., lite hoặc không béo)
- 5 bánh bột mì tròn 8 inch
- 1 Hành lá, xắt nhỏ
- 1½ muỗng canh ớt xanh, xắt nhỏ
- 1 muỗng canh Pimento (chất đống), xắt nhỏ
- 4 ounce ô liu đen xắt nhỏ, để ráo nước

HƯỚNG DẪN:
a) Làm mềm pho mát kem trong bát trong 15 phút, sau đó phết lên bánh tortillas.
b) Sắp xếp các thành phần còn lại lên trên pho mát kem.
c) Cuộn chặt và bọc trong bọc nhựa.

d) Đặt trong tủ lạnh cho đến khi sẵn sàng phục vụ. Cắt thành lát $\frac{3}{4}$ inch.

65. Chong chóng Pizza phô mai

Làm: 12 cái chong chóng

THÀNH PHẦN:
BỘT
- 1 13 ounce pkg. bột bánh pizza làm lạnh

SỐT PIZZA DỄ DÀNG
- 2 chén sốt marinara
- ½ muỗng cà phê MỖI muỗng cà phê bột hành tây, húng quế khô, mùi tây khô
- ¼ muỗng cà phê MỖI muỗng cà phê bột tỏi oregano khô, muối, hạt tiêu, ớt đỏ nghiền

TOPPING
- 1 chén phô mai mozzarella mới bào
- ⅓ chén phô mai Parmesan mới bào
- 32 củ tiêu

- ½ chén ớt xanh thái nhỏ

HƯỚNG DẪN:
a) Làm nóng lò nướng ở nhiệt độ 375 độ F. Lót một tấm nướng bằng giấy da. Để qua một bên.
b) Lăn một miếng giấy da dài ra và rắc nhẹ bột.
c) Lăn bột thành hình chữ nhật 12 × 16 inch trên giấy da có bột.
d) Đánh đều tất cả các thành phần sốt Pizza. Phết đều ¾ chén Sốt Pizza lên bột, để lại đường viền 1 inch ở cạnh dài trên cùng,
e) Cho xúc xích cay vào lò vi sóng trên đĩa có lót khăn giấy trong 20 giây rồi chấm bớt dầu mỡ thừa. Rưới đều nước sốt với mozzarella, pepperoni, ớt chuông xanh và phô mai Parmesan.
f) Bắt đầu từ cạnh dài gần nhất về phía bạn, cuộn chặt bột lại, véo các nguyên liệu thoát ra ngoài và niêm phong đường may.
g) Dùng dao răng cưa cắt bỏ hai đầu giò rồi thái giò thành 12 miếng bằng nhau.
h) Xắt từng miếng này thành 3 chong chóng.
i) Đặt từng chiếc chong chóng, mặt cắt hướng lên trên khay nướng đã chuẩn bị.
j) Nướng ở 375 độ F trong 25-30 phút hoặc cho đến khi bột vàng.
k) Lấy ra khỏi lò và để nguội trong 5 phút trước khi lấy chong chóng ra khỏi chảo sang giá đỡ bằng dây.
l) Trang trí với rau mùi tây tươi và phục vụ với nước sốt bánh pizza còn lại nếu muốn.

66. Choesy Mushroom Puff Pastry Chong Chóng

Làm cho: 15

THÀNH PHẦN:
- 1 tờ bánh phồng, rã đông
- 1 muỗng canh dầu ô liu hoặc bơ thuần chay
- 1 củ hẹ nhỏ thái hạt lựu
- 1 tép tỏi băm nhỏ
- $\frac{1}{2}$ thìa húng tây tươi
- $\frac{1}{2}$ muỗng cà phê tiêu đen hoặc để nếm
- 8 ounce nấm hỗn hợp xắt nhỏ
- $\frac{1}{2}$ muỗng canh tamari ít natri
- 1 muỗng canh bột mì để phủi bụi
- $\frac{1}{2}$ chén phô mai mozzarella thuần chay
- $\frac{1}{4}$ chén phô mai parmesan thuần chay, cắt nhỏ

HƯỚNG DẪN:
a) Rã đông bánh phồng theo hướng dẫn trên bao bì.

b) Làm nóng lò ở 425F. Lót một tấm nướng bằng giấy da và đặt sang một bên.

c) Đun chảy bơ trong chảo xào trên lửa vừa cao. Thêm hẹ và xào trong 3 đến 5 phút, cho đến khi có mùi thơm. Thêm nấm, húng tây và hạt tiêu đen và trộn đều. Xào trong 5-7 phút, thỉnh thoảng khuấy. Thêm tỏi và tamari, sau đó xào thêm 1 đến 2 phút. Tắt bếp và đặt sang một bên.

d) Phủ nhẹ thớt hoặc làm sạch bề mặt làm việc bằng bột mì, sau đó đặt bánh phồng lên trên. Dùng cây cán bột để cán bánh phồng ra khoảng 12" x 15-16".

e) Rắc phô mai mozzarella thuần chay và phô mai parmesan lên bề mặt bánh ngọt, để lại đường viền 1 inch trên một đầu dài của bánh ngọt.

f) Dùng thìa phết nấm đã nấu chín lên trên pho mát, vẫn giữ nguyên đường viền.

g) Sử dụng bàn chải hoặc ngón tay của bạn để chải nhẹ mép bánh sạch bằng nước. Sử dụng hai tay để cuộn bánh phồng lên về phía mép, tạo thêm áp lực khi bạn đi đến cuối để bọc kín bánh.

h) Trước tiên cho bánh đã cuộn vào tủ lạnh 20-30 phút để khi dùng dao cắt bánh sẽ cứng hơn.

i) Luồn một đoạn chỉ nha khoa dài bên dưới cuộn bánh phồng, sau đó vắt chéo hai sợi chỉ lên trên để tạo thành một đoạn dài 1 inch. Tiếp tục kéo các sợi chéo cho đến khi chúng cắt hoàn toàn cuộn, sau đó chuyển sang khay nướng.

j) Nướng ở ngăn trên cùng của lò nướng trong 18 đến 22 phút, cho đến khi bánh chín vàng.

k) Lấy ra khỏi lò và phục vụ ấm hoặc lạnh.

67. Bánh quy chong chóng hạt chà là

Thực hiện: 1 Khẩu phần

THÀNH PHẦN:
- ½ chén bơ
- ½ chén đường
- ½ chén đường nâu
- 1 quả trứng
- 2 muỗng cà phê vani
- 1¾ cốc bột mì
- ½ muỗng cà phê muối
- ½ thìa cà phê Baking soda
- 8 ounce chà là
- ⅓ cốc Đường
- ⅓ cốc nước
- ¼ chén quả óc chó, thái nhỏ
- ½ muỗng cà phê vani

HƯỚNG DẪN:
CHO BỘT:
a) Trộn đều 5 thành phần đầu tiên với nhau.

b) Thêm nguyên liệu khô. Tạo bột thành một quả bóng; đậy nắp và làm lạnh trong vài giờ. Tách bột đã để nguội thành 2 viên. Lăn từng quả bóng thành hình chữ nhật - bột phải khá mỏng.

ĐỂ ĐIỀN:
c) Chặt chà là; đặt trong chảo. Thêm các thành phần còn lại và nấu trên lửa nhỏ, khuấy đều cho đến khi tạo thành hỗn hợp sệt - khoảng 15 phút.

d) Làm mát hoàn toàn.

e) Phết nhân lên bột; cuộn bột & nhân theo kiểu cuộn thạch.

f) Cắt lát dày $\frac{1}{2}$ inch; nướng ở nhiệt độ 350 trong 10 đến 12 phút hoặc cho đến khi có màu vàng nâu.

68. Parsley quả óc chó chong chóng

Làm cho: 1 phần ăn

THÀNH PHẦN:
- 2 chén bột mì đa dụng
- 1 muỗng cà phê muối
- 1 pound Cheddar siêu sắc nét; nạo
- 1 Thanh bơ không ướp muối, cắt thành miếng
- 5 muỗng canh Nước đá
- 1 tép tỏi
- 2 chén lá mùi tây tươi đóng gói lỏng lẻo
- ½ chén quả óc chó miếng

HƯỚNG DẪN:

a) Trong một bộ xử lý thực phẩm, trộn bột mì, muối, Cheddar và bơ cho đến khi hỗn hợp giống như bột.

b) Với động cơ đang chạy, thêm 5 muỗng canh nước và trộn hỗn hợp, thêm nước nếu cần, cho đến khi nó chỉ tạo thành một khối bột.

c) Chuyển bột vào một tờ giấy sáp và giảm một nửa. Khi động cơ đang chạy, thả tỏi vào máy xay thực phẩm và băm nhỏ.

d) Tắt động cơ, thêm rau mùi tây và quả óc chó, và trộn chúng cho đến khi chúng được cắt nhỏ.

e) Thêm một nửa bột, đặt nửa còn lại, làm lạnh và trộn hỗn hợp, cạo các mặt xuống, cho đến khi hỗn hợp rau mùi tây được phân bổ đều khắp bột.

f) Vỗ một nửa bột rau mùi tây thành hình chữ nhật 7 x 5 inch trên một tờ giấy sáp, để dành nửa còn lại, phủ một tờ giấy sáp khác lên trên và cuộn nó thành hình chữ nhật 12 x 7 inch.

g) Chuyển bột trong giấy sáp vào khay nướng và làm lạnh trong 10 phút hoặc cho đến khi bột cứng nhưng dẻo. Lặp lại quy trình cán và làm lạnh với một nửa số bột phô mai nguyên chất đã để sẵn.

h) Bỏ tờ giấy sáp trên cùng ra khỏi bột phô mai thông thường và xếp bột rau mùi tây không bọc lên trên, ấn nhẹ 2 lớp lại với nhau bằng cây cán bột.

i) Sử dụng tờ giấy sáp dưới cùng làm hướng dẫn và bắt đầu với một mặt dài, cuộn bột lại với nhau thật chặt theo kiểu cuộn thạch và làm lạnh cuộn, bọc kỹ, trong ít nhất 1 giờ hoặc qua đêm. Lặp lại toàn bộ quy trình với rau mùi tây và bột phô mai nguyên chất còn lại.

j) Các cuộn bột có thể được làm trước 1 tuần, đậy kín và để lạnh.

k) Mở gói các cuộn và cắt chúng theo chiều ngang thành những lát dày $\frac{1}{4}$ inch. Nướng từng mẻ chong chóng trên khay nướng đã bôi mỡ ở giữa nhiệt độ 400F đã được làm nóng trước. lò nướng trong 12 đến 14 phút hoặc cho đến khi chúng có màu vàng, chuyển chúng khi nướng ra giá và để nguội.

69. Chong chóng khoai tây đậu phộng

Thực hiện: 1 Khẩu phần

THÀNH PHẦN:
- ⅓ cốc Lạnh; khoai tây nghiền trái mùa
- ¼ chén bơ
- 1 muỗng cà phê vani
- 5 cốc Chưa lọc; đường bánh kẹo 10x
- 1 chén bơ đậu phộng

HƯỚNG DẪN:
a) Xay khoai tây, bơ và vani trong tô lớn hoặc máy xay thực phẩm cho đến khi mị n.
b) Thêm 1 cốc đường 10x mỗi lần và trộn cho đến khi đủ cứng để tạo hình.

c) Lăn kẹo giữa 2 tờ giấy sáp thành hình chữ nhật. Phết bơ đậu phộng.

d) Cuộn lên từ một thời trang cuộn thạch dài. Cắt đôi cuộn để tạo thành 2 cuộn dài 9 inch.

e) Bọc trong bọc nhựa. Làm lạnh 2-3 giờ.

f) Cắt thành từng miếng.

70. *Chong chóng dừa sô cô la*

Thực hiện: 48 phần ăn

THÀNH PHẦN:
- 1 thanh bơ, làm mềm
- 1 chén đường
- 1 quả trứng
- 1 muỗng cà phê chiết xuất vani
- 2 chén Bột làm bánh
- $\frac{1}{2}$ thìa cà phê Baking soda
- $\frac{1}{2}$ muỗng cà phê muối
- 2 ounce hình vuông sô cô la nướng không đường, tan chảy
- $\frac{3}{4}$ chén dừa bào sợi

HƯỚNG DẪN:
a) Trong một bát vừa, đánh bơ và đường bằng máy trộn điện ở tốc độ trung bình cho đến khi nhẹ và mịn.

b) Đánh trứng và vani. Thêm bột bánh trộn với baking soda và muối và đánh cho đến khi trộn đều.

c) Chia bột làm đôi giữa 2 bát.

d) Trộn sô cô la tan chảy vào bột trong một bát và khuấy dừa vào bột trong bát khác.

e) Đậy từng bát bằng màng bọc thực phẩm và để trong tủ lạnh ít nhất 1 giờ hoặc cho đến khi cứng lại.

f) Gom bột sô cô la thành một quả bóng, đặt nó vào giữa các mảnh giấy sáp và lăn nó thành hình chữ nhật 8 x 12 inch. Lặp lại với bột dừa.

g) Đặt một hình chữ nhật lên trên hình chữ nhật kia và cuộn từ cạnh dài thành cuộn 12 inch.

h) Bọc trong giấy sáp và để trong tủ lạnh khoảng 30 phút hoặc cho đến khi cứng lại.

i) Làm nóng lò trước ở 350 độ. Sử dụng một con dao sắc, cắt bột thành những lát $\frac{1}{4}$ inch. Đặt cách nhau khoảng 3 inch trên các tấm nướng không mỡ.

j) Nướng trong 8 đến 10 phút, cho đến khi có màu nâu nhạt.

k) Để bánh nguội trong 2 phút.

71. chong chóng hồ đào cay

Làm cho: 8 phần ăn

THÀNH PHẦN:
- 1 gói (8 Oz) Kem Phô mai
- ⅓ chén kem chua
- ½ chén hồ đào -- thái nhỏ
- 2 muỗng canh sốt Picante, đóng chai
- 1 muỗng cà phê ớt Jalapeno
- 1 tép tỏi nhỏ, nghiền nát
- Bánh bột mì 4 (8 inch)

HƯỚNG DẪN:
a) Trong một bát vừa, sử dụng máy trộn điện cầm tay tại med. tốc độ, đánh kem phô mai và kem chua cho đến khi mịn và kết hợp. Cho quả hồ đào, sốt picante, ớt và tỏi

vào. 2. Trải khoảng 6 Tbs hỗn hợp lên bánh tortilla và cuộn chặt lại.

b) Bọc trong bọc nhựa. Tiếp tục thủ tục với các thành phần còn lại. Làm lạnh các cuộn ít nhất 4 giờ hoặc qua đêm.

c) Khi đã sẵn sàng để phục vụ, loại bỏ bọc nhựa từ các cuộn. Cắt thành lát dày $\frac{1}{2}$ inch và phục vụ ngay lập tức.

72. Chong chóng bí ngô và hạt

Thực hiện: 96 phần ăn

THÀNH PHẦN:
- 1¾ chén bí ngô, đóng hộp hoặc tươi
- 1 chén Đường cát
- 4 chén bột mì đa dụng
- ½ thìa cà phê Baking soda
- ½ muỗng cà phê muối
- ½ muỗng cà phê quế
- 2 cốc Đường bột; sàng lọc
- 1 muỗng canh Bơ hoặc bơ thực vật; đun chảy
- 1 muỗng canh Gia vị bánh bí ngô
- 1 cốc Các loại hạt; băm nhỏ
- 1 cốc rút ngắn
- 2 chén Đường cát
- 3 quả trứng

- 1 muỗng cà phê chiết xuất vani
- 2 muỗng canh Sữa (2 đến 3 T)

HƯỚNG DẪN:
ĐỂ ĐIỀN:
a) Trong một cái chảo vừa, kết hợp gia vị bí ngô, đường và bánh bí ngô; đun sôi.

b) Giảm nhiệt; đun nhỏ lửa 10 phút. Khuấy các loại hạt. Mát mẻ; để qua một bên.

CHO BỘT:
c) Trong bát vừa, kết hợp bột mì, muối nở, muối và quế; để qua một bên.

d) Trong bát trộn lớn, kem ngắn và đường.

e) Thêm trứng; đánh cho đến khi mịn. Thêm nguyên liệu khô ; trộn đều.

ĐỂ LẮP RÁP:
f) Chia bột thành 3 phần. Trên giấy bạc đã rắc bột, cán mỏng 1 phần bột thành hình chữ nhật 8 x 12 inch (giữ lạnh phần bột còn lại). Phết với ⅓ nhân bánh.

g) Bắt đầu từ đầu rộng, cuộn như đối với cuộn thạch. Bọc trong giấy bạc. Lặp lại quy trình với phần bột và nhân còn lại.

h) Đóng băng cuộn vài giờ hoặc qua đêm. Lấy từng cuộn một ra khỏi tủ đông; mở gói và dùng dao sắc cắt thành các lát ⅜ inch. Đặt trên tấm cookie bôi mỡ.

i) Nướng trong lò nướng 400 độ đã làm nóng trước trong 10 đến 12 phút hoặc cho đến khi vàng. Làm mát trên giá dây.

j) mưa phùn với đóng băng.

ĐỐI VỚI ICING:

k) Trong bát vừa, kết hợp đường bột, bơ, vani và sữa; xay đến khi mịn.

73. Chong chóng sô cô la bạc hà

Thực hiện: 10 phần ăn

THÀNH PHẦN:
- $1\frac{1}{2}$ chén sô cô la bạc hà chip
- $\frac{3}{4}$ chén bơ, làm mềm
- $\frac{1}{3}$ cốc Đường
- 1 quả trứng; Lớn
- 1 muỗng cà phê chiết xuất vani
- $\frac{1}{2}$ muỗng cà phê muối

HƯỚNG DẪN:
a) Làm tan chảy, trên nước nóng, $\frac{1}{2}$ chén sô cô la bạc hà, khuấy cho đến khi mịn.
b) Để nguội đến nhiệt độ phòng, đặt sang một bên. Trong một bát lớn, kết hợp bơ và đường; đánh cho đến khi kem.

c) Thêm trứng và chiết xuất vani, trộn đều. Dần dần đánh trong bột mì và muối.

d) Đặt 1 chén bột vào một cái bát nhỏ. Thêm chip tan chảy; trộn kỹ.

e) Hình thành một quả bóng, làm phẳng.

f) Bọc bằng bọc nhựa. Định hình phần bột còn lại thành quả bóng; làm phẳng. Bọc bằng bọc nhựa.

g) Làm lạnh cho đến khi chắc, khoảng 1 tiếng rưỡi.

h) Làm nóng lò ở 375 độ F.

i) Giữa các tờ giấy sáp, cuộn từng viên bột thành hình chữ nhật 13 x 9 inch.

j) Loại bỏ các lớp giấy sáp trên cùng và đảo ngược bột sô cô la lên trên bột thường.

k) Bóc giấy sáp. Bắt đầu từ cạnh dài, cuộn thạch kiểu cuộn lên.

l) Cắt thành lát $\frac{1}{4}$ inch; đặt trên tấm cookie không bôi trơn. Nướng ở 375 độ F. trong 7 đến 8 phút.

m) Làm mát hoàn toàn giá đỡ dây.

n) Đun nóng, còn lại 1 chén nước; khuấy cho đến khi mịn.

o) Phết mặt phẳng của bánh quy với $\frac{1}{2}$ muỗng cà phê sô cô la tan chảy hơi tròn. Thư giãn cho đến khi thiết lập.

74. Bánh cuốn thảo mộc

Thực hiện: 16 phần ăn

THÀNH PHẦN:
- 1 cốc sữa
- 1 muỗng canh Bơ
- 1 gói Men khô
- ½ cốc nước ấm (105-115 độ)
- 1 muỗng canh Đường
- 1 muỗng cà phê muối
- 3½ chén bột mì
- 1 củ hành tây băm nhỏ
- 1 muỗng canh Bơ
- 2 thìa cà phê thì là khô
- Bơ bị chảy

HƯỚNG DẪN:

a) Đổ nhiều mỡ vào tô lớn và chảo nướng tròn 10 inch.
b) Đánh sữa với 1 muỗng canh bơ và để nguội đến âm ấm.
c) Rắc men lên nước ấm trong tô lớn và để yên cho đến khi men nở và sủi bọt, khoảng 10 phút. Khuấy sữa, đường và muối.
d) Thêm 2 chén bột và đánh đều. Thêm 1 chén bột nữa và trộn kỹ.
e) Chuyển sang một tấm bột nhẹ và nhào trong phần bột còn lại cho đến khi bột mịn và có mùi thơm, khoảng 10 phút. Đặt trong bát mỡ, chuyển sang phủ toàn bộ bề mặt.
f) Đậy nắp và để trong khu vực ấm áp cho đến khi tăng gấp đôi, 1 tiếng rưỡi.
g) Xào hành tây trong bơ cho đến khi mềm nhưng không bị thâm, để riêng. Đập bột xuống và nhào nhiều lần. Cuộn thành hình chữ nhật 16x11 inch.
h) Rắc đều với hành tây, sau đó với thì là. Cuộn thạch theo chiều dọc thời trang. Cắt thành từng miếng 1 inch và xếp vào chảo 10 inch đã chuẩn bị sẵn để mỗi cuộn hầu như không chạm vào nhau. Chải với bơ và để tăng cho đến khi tăng gấp đôi, 30 đến 45 phút.
i) Làm nóng lò ở 375 độ. Nướng cuộn cho đến khi vàng nâu, khoảng 30 phút.

75. *Chong chóng hương thảo Parmesan*

Làm cho: 1 tá

THÀNH PHẦN:
- 1 cuộn Bữa tối hình lưỡi liềm làm lạnh Pillsbury
- 1 (8 ounce) hộp phô mai kem Philadelphia
- 1/3 chén phô mai parmesan tươi, cắt nhỏ
- 4 muỗng cà phê nhánh hương thảo tươi (hoặc 2 muỗng cà phê hương thảo khô)

HƯỚNG DẪN:
a) Làm nóng lò ở 375°F
b) Không chia bột thành hình tam giác. Nhẹ nhàng ấn hoặc cuộn các đường nối để làm kín, nhưng không làm phẳng.

c) Trong bát nhỏ, trộn phô mai kem, phô mai parmesan và lá hương thảo.
d) Trải hỗn hợp trên bột.
e) Cuộn bột từ phía dài. Cắt thành cuộn $\frac{1}{2}$ inch.
f) Vui lòng quay chong chóng phẳng trên tấm bánh quy hoặc đá nướng.
g) Nướng 12 - 15 phút hoặc cho đến khi vàng nâu.
h) Phục vụ ấm áp.

76. Chong chóng cà chua phơi nắng

Làm cho: 6

THÀNH PHẦN:
- ½ chén cà chua phơi nắng
- Phô mai kem 8 ounce, ít chất béo
- ¼ chén rau bina
- 2 tép tỏi
- ¼ ounce phô mai Parmesan
- ¼ muỗng cà phê muối
- 2 bánh tortilla vừa, lúa mì nguyên hạt
- 15 lá húng quế, tươi

HƯỚNG DẪN:
a) Xúc xắc cà chua phơi nắng. Thêm vào một cái bát với phô mai kem mềm, rau bina xắt nhỏ, tỏi băm nhỏ, phô mai Parmesan bào và muối. Khuấy kỹ để kết hợp.

b) Phết nhân lên bánh tortillas (bạn có thể dùng một phần ba nếu cần).

c) Cố gắng dàn đều nhân cho đến hết mép bánh.

d) Rải lá húng quế tươi lên trên rồi cuộn chặt lại.

e) Sử dụng một con dao răng cưa để cắt mỗi cuộn thành miếng 1 inch.

f) Cắt mặt đường may cuộn xuống để giúp các chong chóng dính vào nhau.

77. Bánh mì quế

Thực hiện: 1 Khẩu phần

THÀNH PHẦN:
- 2 chén bột mì
- 1 chén Bột làm bánh
- 2 muỗng canh Đường
- 1 muỗng cà phê muối
- 2½ muỗng cà phê Men nở nhanh
- ¼ chén bơ không ướp muối
- 1 chén Ít hơn khoảng 2 muỗng canh sữa
- 1 trứng lớn
- 3 muỗng canh Bơ lạnh không ướp muối; cắt thành từng bit
- 1 trứng lớn; đánh và chia
- 2 muỗng canh Bột quế; đã chia ra

- ¼ chén đường Turbinado; đã chia ra

HƯỚNG DẪN:

a) Trong cối chế biến có gắn lưỡi thép, thêm bột mì, đường, muối và men. Xung để trộn.

b) Bây giờ, cắt mịn bơ và đập cho hòa quyện để bơ gần như biến mất.

c) Trong một cái cốc thủy tinh, làm nóng sữa trong lò vi sóng đến khoảng 120 độ (khoảng 45 giây ở công suất cao), sau đó cho trứng vào. Đánh đều bằng nĩa, sau đó, với động cơ đang chạy, đổ dần dần chất lỏng vào nguyên liệu khô, giữ lại vài thìa chất lỏng cuối cùng để xem bột có tạo thành một quả bóng hay không.

d) Xử lý cho đến khi bột bắt đầu rời khỏi thành bát, tạo thành một quả bóng. Chỉ thêm phần chất lỏng cuối cùng nếu cần thiết. Nhào trong 60 giây, thêm bột nếu cần nếu bột có vẻ dính. Nhúm một miếng bột. Nó sẽ cảm thấy dính, mịn, đàn hồi và ấm áp.

e) Lấy bột và lưỡi thép ra và chuẩn bị cho micro-rise. Trên một bề mặt hơi bột, nhào bột bằng tay trong vài giây, sau đó tạo bột thành một quả bóng. Dùng ngón tay cái đục một lỗ để tạo thành hình chiếc bánh donut và đặt vào tô chế biến. Đậy lỏng bằng khăn trà ẩm hoặc màng bọc thực phẩm.

f) Đặt một cốc nước 8 ounce vào phía sau lò vi sóng. Giảm công suất vi sóng xuống cài đặt vi tăng thích hợp.

g) Đun nóng trong 3 phút. Nghỉ ngơi trong 3 phút. Đun nóng trong 3 phút. Nghỉ 6 phút hoặc đến khi bột nở gấp đôi.

h) Lấy bột ra một bề mặt có rắc bột nhẹ và nhào bằng tay trong vài giây. Nặn lại thành hình bánh donut, đặt lại vào bát của bộ xử lý và cho vào lò vi sóng một lần nữa, lặp lại bước 5.

i) Mỡ rộng rãi chảo ổ bánh thủy tinh tiêu chuẩn $8\frac{1}{2}$ x $4\frac{1}{2}$ x $2\frac{1}{2}$ inch.

j) Làm nóng lò ở 375.

k) Khi bột đã nở lần thứ hai, hãy đấm xuống và cán thành hình chữ nhật có kích thước khoảng 10x12 inch. Chấm với những miếng bơ lạnh và cắt nhỏ miếng này, sử dụng dụng cụ nạo bánh ngọt (lưỡi cắt bột). Bây giờ, phủ bột bằng tất cả trừ 2 muỗng canh trứng đã đánh bông và cắt nhỏ. Rải quế và đường turbinado lên trên, giữ lại một nhúm lớn mỗi loại cho mặt trên. Bây giờ hãy cuộn kiểu cuộn thạch, bắt đầu từ cạnh 10 inch.

l) Nhẹ nhàng đặt bột vào chảo đã chuẩn bị sẵn, có đường may úp xuống và để nở lần cuối, trong lò vi sóng, lặp lại bước 5 hoặc ở nơi ấm áp, không có gió lùa, cho đến khi bột nở gần gấp đôi.

m) Khi bột đã nổi lên, quét một lớp trứng dành riêng để tạo lớp men, chú ý không để bất kỳ thứ gì chảy xuống thành chảo (nó bị dính).

n) Cắt 3 lát sâu, chéo ở trên cùng bằng dao sắc hoặc lưỡi dao cạo.

o) Rắc quế và đường turbinado lên trên.

p) Nướng trên giá giữa trong lò làm nóng trước từ 25 đến 30 phút hoặc cho đến khi chín vàng đều.

q) Lấy ngay ra giá để nguội. Bọc trong nhựa để lưu trữ. Bánh mì này giữ được đến một tuần, được bảo quản đúng cách.

78. Chong chóng hình cay và quả óc chó

Thực hiện: 48 phần ăn

THÀNH PHẦN:
- 1 chén quả sung Calimyrna xắt nhỏ (khoảng 6 ounce)
- ¼ chén Cộng với 2 muỗng canh nước
- ¼ chén đường cát
- ¼ chén quả óc chó băm nhỏ
- 1½ chén bột mì đa dụng
- ½ thìa cà phê Baking soda
- ¼ muỗng cà phê muối
- 1 muỗng cà phê bột quế
- ½ muỗng cà phê hạt nhục đậu khấu
- ½ chén (1 thanh) bơ không ướp muối; ở nhiệt độ phong
- ¾ chén đường nâu sẫm đóng gói chắc chắn
- ¼ cốc Kem chua
- ½ muỗng cà phê chiết xuất chanh

HƯỚNG DẪN:

a) Kết hợp quả sung, nước và đường trong một cái chảo nhỏ.

b) Nấu trên lửa vừa trong khoảng 5 phút, khuấy liên tục cho đến khi nước ngấm hết.

c) Tắt bếp, cho quả óc chó vào khuấy đều và để nguội. Trong một cái bát, trộn đều bột mì, baking soda, muối và gia vị.

d) Trong một bát trộn lớn, đánh kem bơ và đường nâu bằng máy trộn điện ở tốc độ trung bình cho đến khi nhạt và mịn. Ở tốc độ thấp, đánh kem chua và sau đó là chiết xuất chanh.

e) Khuấy hỗn hợp bột bằng thìa gỗ. Xoay bột ra một tấm nướng nhỏ đã được lót bằng giấy sáp. Định hình bằng thìa cao su thành hình chữ nhật có kích thước khoảng 8 x 6 inch. Che bằng một tờ giấy sáp thứ hai và làm lạnh trong 30 phút.

f) Cán bột trên khay nướng thành hình chữ nhật 12 x 9 inch. Tháo tờ giấy sáp trên cùng. Trải đều quả sung lên trên, để lại một đường viền $\frac{1}{2}$ inch dọc theo các cạnh dài. Gấp qua đường viền dọc theo một trong các cạnh dài và cuộn bột lại thật chặt như cuộn thạch.

g) Uốn mép đối diện để đóng dấu. Bọc trong giấy sáp và làm lạnh ít nhất 3 giờ.

h) Làm nóng lò ở 375 F.

i) Cắt cuộn thành các lát $\frac{1}{4}$ inch và đặt trên các tấm bánh quy không bôi trơn.

j) Nướng trong khoảng 12 phút, cho đến khi có màu nhạt và chắc khi chạm vào.

k) Làm nguội bánh trong 1 phút trên các tấm giấy, sau đó chuyển sang giá để nguội hoàn toàn.

PIZZA

79. Pizza Bốn Mùa/Quattro Stagioni

Làm cho: 1 Pizza lớn

THÀNH PHẦN:
- 1 Bột cơ bản kiểu Ý
- Phô mai Mozzarella, 6 ounce, Thái lát
- Prosciutto, 3 ounce, Thái lát
- Nấm đông cô, Một chén, Thái lát
- Ô liu, ½ chén, Thái lát
- Sốt Pizza, nửa cốc
- Bông atisô cắt đôi, Một cốc
- Parmigiana nghiền, 2 ounce

HƯỚNG DẪN:

a) Định hình bột thành hình tròn có đường kính 14 inch. Làm điều này bằng cách giữ các cạnh và cẩn thận xoay và kéo dài bột.
b) Chấm bột với sốt pizza.
c) Trải đều các lát mozzarella lên trên.
d) Sau đó, trái tim atisô, prosciutto, nấm và ô liu trong bốn phần tư chiếc bánh pizza.
e) Rắc Parmigiana bào lên trên.
f) Nướng/Nướng trong 18 phút.

80. Alsatian Tarte Flambé

Làm cho: 1 Pizza lớn

THÀNH PHẦN:
- 1 Bột cơ bản kiểu Ý
- Hành tây vàng thái lát, 1
- Hạt tiêu đen đập dập, ¼ muỗng cà phê
- Rượu trắng (khô), một phần tư cốc
- Dải thịt xông khói chiên, 6 ounce, Xắt nhỏ
- Crème fraîche, Một cốc
- Hạt nhục đậu khấu, ¼ muỗng cà phê

HƯỚNG DẪN:
a) Định hình bột thành hình tròn có đường kính 14 inch.

b) Làm điều này bằng cách giữ các cạnh và cẩn thận xoay và kéo dài bột.
c) Chiên hành tây trong dầu.
d) Cho rượu khô và đun nhỏ lửa trong 4 phút.
e) Đặt crème fraîche lên trên lớp vỏ đã chuẩn bị.
f) Rải thịt xông khói xắt nhỏ lên trên.
g) Rải hành lên bánh pizza.
h) Cho hạt tiêu và nhục đậu khấu lên trên.
i) Nướng/Nướng từ 16 đến 18 phút.

81. Pizza pepperoni húng quế vườn

Làm cho: 4

THÀNH PHẦN:
- Bột bánh mì và bánh pizza không nhào, ½ pound
- Dầu ô liu nguyên chất, một muỗng canh
- Phô mai Provolone, một cốc, nạo
- Cà chua bi, 2 chén
- Phô mai Mozzarella, một cốc, nạo
- Cà chua nghiền đóng hộp, ¾ cốc
- Pepperoni cắt lát, 8 miếng
- 1 tép tỏi, băm nhỏ hoặc bào
- Muối Kosher và hạt tiêu tươi
- húng quế tươi, để trang trí

HƯỚNG DẪN:

a) Lăn bột trên bề mặt đã được rắc nhẹ bột mì.
b) Nhẹ nhàng di chuyển bột vào chảo tấm đã chuẩn bị.
c) Đặt mozzarella và provolone lên trên cùng với cà chua nghiền.
d) Trải pepperoni lên trên.
e) Kết hợp cà chua bi, tỏi, dầu ô liu, muối và hạt tiêu.
f) Phân phối đều trên bánh pizza.
g) Nướng trong 10 đến 15 phút ở 450 ° F.
h) Đặt lá húng quế tươi lên trên.
i) Cắt lát và thưởng thức.

82. Pizza Bò Nấm

Làm cho: 1 Pizza lớn

THÀNH PHẦN:
- 1 Bột cơ bản kiểu Ý
- Lá mùi tây, Một muỗng canh, xắt nhỏ
- 1 củ hành vàng, xắt nhỏ
- Sherry khô, hai muỗng canh
- Thịt bò nạc xay, 8 ounce
- Lá xô thơm, 1 muỗng cà phê, xắt nhỏ
- Nước sốt bít tết, 2 muỗng canh
- Nấm Cremini, thái lát, năm ounce
- Nước sốt Worrouershire, hai muỗng cà phê
- Bơ, Một muỗng canh
- Lá húng tây, 1 muỗng cà phê, Cuống
- Muối, nửa muỗng cà phê
- Hạt tiêu đen tươi, nửa muỗng cà phê
- Cheddar, cắt nhỏ, 6 ounce

HƯỚNG DẪN:

a) Định hình bột thành hình tròn có đường kính 14 inch. Làm điều này bằng cách giữ các cạnh và cẩn thận xoay và kéo dài bột.

b) Đun nóng bơ, cho hành tây vào và nấu trong 2 phút cho đến khi mềm.

c) Cho nấm vào nấu khoảng 5 phút.

d) Cho thịt bò xay vào nấu khoảng 4 phút.

e) Thêm muối, hạt tiêu, rau mùi tây, sốt Worrouershire, cỏ xạ hương, cây xô thơm và rượu sherry.

f) Đặt lớp vỏ với nước sốt bít tết lên trên.

g) Đặt Cheddar cắt nhỏ lên trên.

h) Đổ hỗn hợp thịt bò xay lên trên pho mát thành một lớp đều.

i) Nướng/nướng từ 16 đến 18 phút.

83. Pizza kem

Làm cho: 2 Pizza

THÀNH PHẦN:
- 2 Bột cơ bản kiểu Ý
- Sữa, $\frac{3}{4}$ cốc
- Súp kem cần tây cô đặc, $10\frac{3}{4}$ ounce
- Xúc xích xay, 1 pound
- Một củ hành tây, xắt nhỏ
- 12 quả trứng
- Miếng thịt xông khói đóng hộp, 3 ounce
- Phô mai Cheddar, 4 cốc, Cắt nhỏ
- Muối và tiêu
- Một quả ớt chuông xanh, xắt nhỏ

HƯỚNG DẪN:

a) Cho xúc xích vào chảo nóng và nấu cho đến khi chín vàng hoàn toàn.
b) Tách xúc xích ra.
c) Trộn sữa, trứng, hạt tiêu đen, muối và đường.
d) Đảo trứng cho đến khi chúng được đặt hoàn toàn trong cùng một chảo với xúc xích.
e) Nướng trong 5-7 phút ở 400 độ F.
f) Lấy các lớp vỏ ra khỏi lò và lật chúng lại.
g) Đặt kem súp lên lớp vỏ.
h) Trải mỗi lớp vỏ với một nửa hỗn hợp trứng.
i) Trên một chiếc bánh pizza có miếng thịt xông khói và chiếc bánh kia có xúc xích vụn.
j) Đặt 2 chén pho mát, hành tây và ớt lên trên mỗi chiếc bánh pizza.
k) Nướng khoảng 25 đến 30 phút.

84. Pizza tối thứ năm

Làm cho: 1 Pizza lớn

THÀNH PHẦN:

- 1 Bột cơ bản truyền thống của Ý
- Salsa, ⅓ cốc
- Bột cà chua đóng hộp, 6 ounce
- Phô mai Cheddar cắt nhỏ, 4 cốc
- Nước, ¾ cốc
- Hỗn hợp gia vị Taco, chia nhỏ, 1¼ ounce
- Đậu chiên đóng hộp, 16 ounce
- Ớt bột, một muỗng cà phê
- Thịt bò xay, ½ pound
- Ớt cayenne, ½ muỗng cà phê
- Hành tây xắt nhỏ, ¼ chén

HƯỚNG DẪN:

a) Đánh bông tương cà chua, nước, ớt cayenne, bột ớt và $\frac{3}{4}$ hỗn hợp gia vị taco.
b) Trộn salsa, đậu chiên và hành tây.
c) Áp chảo thịt bò xay hoàn toàn trong chảo nóng.
d) Cho gói gia vị taco còn lại và một ít nước vào, đun nhỏ lửa trong vài phút.
e) Chia đôi bột và ấn từng phần vào hai đĩa nướng 12 inch.
f) Xếp hỗn hợp đậu, hỗn hợp thịt bò, phô mai cheddar và bột cà chua lên trên mỗi đĩa bột.
g) Nướng trong 10 đến 15 phút ở 400 độ F.

85. Pizza thịt viên

Làm cho: 1 Pizza lớn

THÀNH PHẦN:
- 1 Bột cơ bản kiểu Ý
- Thịt bò nạc xay, 8 ounce
- vụn bánh mì khô, 2 muỗng canh
- Hạt tiêu đen đập dập, ¼ muỗng cà phê
- Phô mai mozzarella cắt nhỏ, 6 ounce
- Asiago nghiền, Grana Padano hoặc Pecorino, ½-ounce
- Oregano chiên, một muỗng cà phê
- ớt đỏ mảnh, ¼ muỗng cà phê
- Muối, ¼ muỗng cà phê
- Lá húng tây, một muỗng cà phê
- Lá mùi tây xắt nhỏ, ¼ chén
- Hạt thì là, nửa muỗng cà phê

- 5 tép tỏi, băm nhỏ
- Đinh hương xay, ¼ muỗng cà phê
- Dầu ô liu, Một muỗng canh
- Parmigiana cạo, 2 ounce
- 1 củ hành vàng, xắt nhỏ
- Cà chua nghiền đóng hộp, 14 ounce
- Hạt nhục đậu khấu nghiền hoặc nghiền, ¼ muỗng cà phê

HƯỚNG DẪN:

a) Định hình bột thành hình tròn có đường kính 14 inch. Làm điều này bằng cách giữ các cạnh và cẩn thận xoay và kéo dài bột.

b) Quăng thịt bò, rau mùi tây, vụn, pho mát, lá oregano, thì là, muối, hạt tiêu và tỏi băm nhỏ.

c) Tạo thành hỗn hợp thành 10 viên thịt.

d) Đun nóng dầu ô liu.

e) Cho tép tỏi và hành tây còn lại vào, nấu trong 3 phút trong khi thường xuyên khuấy.

f) Cho cà chua đã nghiền, cũng như muối, hạt tiêu, nhục đậu khấu, đinh hương, ớt đỏ và cỏ xạ hương vào.

g) Đặt thịt viên và đun nhỏ lửa trong một thời gian.

h) Phết phô mai mozzarella lên lớp vỏ đã chuẩn bị.

i) Múc sốt cà chua từ thịt viên lên trên lớp phô mai.

j) Chia đôi từng viên thịt, sau đó chia đều các nửa ra khắp chiếc bánh pizza.

k) Đặt ớt chuông và sau đó là Parmigiana-Reggiano lên trên.

l) Nướng/Nướng từ 16 đến 18 phút.

86. Prosciutto và Arugula Pizza

Làm cho: 1 Pizza lớn

THÀNH PHẦN:
- 1 Bột cơ bản kiểu Ý
- Prosciutto, 2 ounce
- Sốt Pizza, một phần tư cốc
- Giấm balsamic, Một muỗng canh
- Phô mai Mozzarella, 3 ounce, Thái lát
- Lá arugula, Nửa cốc

HƯỚNG DẪN:
a) Định hình bột thành hình tròn có đường kính 14 inch. Làm điều này bằng cách giữ các cạnh và cẩn thận xoay và kéo dài bột.

b) Trải đều nước sốt bánh pizza trên bột.

c) Xếp các lát mozzarella đều nhau trên bánh pizza.
d) Phủ lá arugula lên bánh pizza và kết thúc bằng các dải prosciutto.
e) Nướng/nướng trong 15 phút.
f) Để nguội, sau đó rưới giấm balsamic trước khi cắt lát.

87. Pizza cho lễ Phục sinh

Làm cho: 1 Pizza

THÀNH PHẦN:
- Bột bánh mì đông lạnh, rã đông, ⅔ pound
- Xúc xích Ý, ½ pound, nấu chín
- Mozzarella, ½ pound, Thái lát
- Phô mai Ricotta, 16 ounce
- Phô mai Parmesan nạo, Nửa cốc
- Phô mai provolone cắt lát, ½ pound
- Salami thái lát, ½ pound
- Thịt giăm bông nấu chín thái lát, ½ cân Anh
- Pepperoni thái lát, ½ pound
- 8 quả trứng, đánh tan
- Dầu ô liu

- 1 quả trứng
- 1 muỗng cà phê nước

HƯỚNG DẪN:

a) Lớp bột trong chảo dạng lò xo.
b) Top với một nửa của mỗi topping.
c) Lặp lại các lớp.
d) Đặt một miếng bột 12 inch lên trên bánh pizza để tạo thành lớp vỏ trên cùng.
e) Đánh đều 1 quả trứng và nước. Thoa nước rửa trứng lên mặt bánh pizza.
f) Nướng bánh pizza ở 350 độ trong 50 đến 60 phút.

88. bánh pizza ăn sáng

Làm cho: 1 Pizza lớn

THÀNH PHẦN:
- 1 bột bánh pizza truyền thống
- 6 quả trứng, đánh tan
- Hành lá thái lát, Nửa chén
- Sốt pizza, Nửa chén
- Muối và tiêu
- Phô mai Parmesan nạo, $\frac{1}{4}$ cốc
- Thị t xông khói xắt nhỏ, 6 lát
- Salami thái lát, 2 ounce

HƯỚNG DẪN:
a) Trong chảo, nấu thị t xông khói cho đến khi chín vàng.
b) Hành lá nên được xào trong khoảng một phút.

c) Đánh trứng với hạt tiêu đen và muối.

d) Phết sốt pizza lên bột.

e) Thêm pho mát, phô mai Parmesan, xúc xích Ý, thịt xông khói, trứng và thịt xông khói trước khi nướng từ 20 đến 25 phút ở nhiệt độ 400 độ F.

89. Pizza trắng nướng với Soppressata

Làm cho: 1 Pizza lớn

THÀNH PHẦN:
- Một chiếc bánh pizza truyền thống
- Một muỗng cà phê húng tây xắt nhỏ
- Một cốc sữa ricotta nguyên chất
- Hai muỗng cà phê oregano
- Một muỗng canh oregano
- Nửa chén dầu ô liu ngâm tỏi
- Bốn chén phô mai mozzarella cắt nhỏ
- Một cốc Parmesan nạo
- Sáu ounce Soppressata thái lát
- Bốn ounce ớt anh đào đã ráo nước và rách

HƯỚNG DẪN:
a) Trải bột ra một bề mặt rắc nhẹ bằng bột mì.
b) Nhẹ nhàng lăn hoặc kéo dài một vòng tròn bột.

c) Lớp với Ricotta, oregano và húng tây xắt nhỏ.

d) Sắp xếp các lớp phủ lên trên bột, bắt đầu với dầu tỏi và chuyển sang phô mai mozzarella, parmesan, Soppressata và ớt anh đào.

e) Nấu bánh pizza trong 5 đến 10 phút cho mỗi bên.

90. Pizza Muffuletta

Làm cho: 3 Pizza

THÀNH PHẦN:
- Hai lớp vỏ bột chưa nấu chín 12"

TOPPING
- Dầu ô liu nguyên chất, 3 muỗng canh
- Pepperoncini xắt nhỏ, một phần tư chén
- Hỗn hợp sốt salad Ý, 2 muỗng cà phê
- Phô mai provolone cắt nhỏ, 8 ounce
- Hành tây xắt nhỏ, một phần tư chén
- Cần tây xắt nhỏ, ½ chén
- 1 tép tỏi, băm nhỏ
- giăm bông/xúc xích Ý thái hạt lựu, 3 ounce
- ô liu xanh nhồi pimento xắt nhỏ, ⅓ chén

HƯỚNG DẪN:

a) Kết hợp tất cả các thành phần của topping, không bao gồm dầu.
b) Đặt lên trên một lớp vỏ bột.
c) Thêm một lớp dầu mỏng.
d) Nướng trong lò 500 °F trong 8 đến 10 phút.

91. Pizza kiểu Ý nóng hổi

Làm cho: 1 Pizza lớn

THÀNH PHẦN:
- Dầu ô liu, Một muỗng canh
- Một củ hành tây, thái lát
- Một quả ớt chuông xanh, thái lát
- Xúc xích Ý thái lát, $3\frac{1}{2}$ ounce
- Nấm tươi thái lát, $\frac{1}{4}$ chén
- Polenta, 1 lát
- Sốt spaghetti, một phần tư cốc
- Phô mai mozzarella cắt nhỏ, 1 ounce

HƯỚNG DẪN:
a) Trong chảo, thêm dầu và nấu xúc xích, hành tây, ớt chuông và nấm trong 10 đến 15 phút.
b) Đặt Polenta và nấu trong 5 phút cho mỗi bên.

c) Đặt hỗn hợp xúc xích lên trên Polenta trước khi cho sốt spaghetti và phô mai mozzarella.
d) Nướng trong 5 đến 10 phút.

92. Lorraine Pizza

Làm cho: 1 Pizza lớn

THÀNH PHẦN:
- 1 Bột cơ bản kiểu Ý
- Thịt xông khói thái hạt lựu, 5 ounce
- Kem nặng, Một muỗng canh
- Lá húng tây, 2 muỗng cà phê
- Swiss, Emmental, Gruyère, hoặc Muenster, 8 ounce
- Hành tím thái hạt lựu, một phần tư chén
- 1 quả trứng

HƯỚNG DẪN:
a) Định hình bột thành hình tròn có đường kính 14 inch. Làm điều này bằng cách giữ các cạnh và cẩn thận xoay và kéo dài bột.

b) Đặt một cái chảo và nấu thịt xông khói thái hạt lựu cho đến khi nó mềm và bắt đầu chuyển sang màu nâu.
c) Đánh trứng và kem cho đến khi đặc và khá kem.
d) Phết hỗn hợp lên trên lớp vỏ.
e) Đặt một ít phô mai vụn lên trên bánh pizza, tiếp theo là một ít thịt xông khói.
f) Xúc xắc hành tây và húng tây nên được phân bổ đều trên đầu trang.
g) Nướng hoặc nướng trong 16 đến 18 phút.
h) Trước khi cắt, để nguội trong năm phút.

93. Picadillo Pizza

Làm cho: 1 Pizza lớn

THÀNH PHẦN:
- 1 Bột cơ bản kiểu Ý
- 4 tép tỏi, băm nhỏ
- Những lát ớt jalapeño ngâm chua
- 1 quả cà chua mận, xắt nhỏ
- Hạt tiêu đen đập dập, nửa thìa cà phê
- Manchego, cắt nhỏ, 6 ounce
- Oregano khô, một muỗng cà phê
- 1 quả trứng nấu chín, xắt nhỏ
- 1 củ hành lá, xắt nhỏ
- Dầu ô liu, Một muỗng canh
- lá mùi tây xắt nhỏ, 5 muỗng canh
- ô liu xanh xắt nhỏ, một phần tư cốc

- Nho khô vàng xắt nhỏ, 2 muỗng canh
- Nước sốt Worrouershire, 2 muỗng cà phê
- Thịt bò nạc xay, ½ pound
- Muối, nửa muỗng cà phê

HƯỚNG DẪN:

a) Định hình bột thành hình tròn có đường kính 14 inch.
b) Làm điều này bằng cách giữ các cạnh và cẩn thận xoay và kéo dài bột.
c) Đổ dầu ô liu vào chảo đã đun nóng và xoay xung quanh.
d) Khuấy liên tục và nấu tỏi trong 30 giây.
e) Thêm thịt bò xay và nấu, khuấy thường xuyên, trong 4 đến 5 phút hoặc cho đến khi chín vàng.
f) Cho cà chua, trứng và hành lá vào.
g) Nhẹ nhàng kết hợp ô liu, nho khô, oregano, sốt Worrouershire, muối, hạt tiêu, ớt jalapenos xắt nhỏ và 3 muỗng canh rau mùi tây hoặc rau mùi.
h) Phủ phô mai Manchego bào lên trên.
i) Hỗn hợp thịt bò xay nên được đổ lên trên.
j) Nấu hoặc nướng trong 16 đến 18 phút.
k) Trang trí với rau mùi tây hoặc rau mùi còn lại.

94. Pizza gà Buffalo kiểu Ý

Làm cho: 1 Pizza lớn

THÀNH PHẦN:
- 1 Bột cơ bản kiểu Ý
- Bơ không ướp muối, Một muỗng canh
- Nước sốt Worrouershire, một muỗng canh
- Phô mai Mozzarella cắt nhỏ, 3 ounce
- Phô mai xanh, 2 ounce
- Monterey Jack vụn, 3 ounce
- Ức gà không xương cắt lát, 10 ounce
- 3 Sườn cần tây, thái lát
- Sốt ớt đỏ, một muỗng canh
- Sốt Chile, 6 muỗng canh

HƯỚNG DẪN:

a) Định hình bột thành hình tròn có đường kính 14 inch. Làm điều này bằng cách giữ các cạnh và cẩn thận xoay và kéo dài bột.
b) Trong chảo hoặc chảo, làm tan chảy bơ.
c) Đặt các lát thịt gà và nấu trong 5 phút.
d) Nước sốt Worrouershire và nước sốt ớt đỏ nóng nên được rưới vào ngay trước khi tắt bếp.
e) Rưới sốt ớt và thịt gà đã nấu chín lên trên.
f) Rắc phô mai Mozzarella và Monterey Jack lên trên.
g) Chia đều các lát cần tây trong bánh pizza.
h) Cuối cùng nhưng không kém phần quan trọng, hãy phân bổ đều phô mai xanh vụn lên trên các lớp phủ khác.
i) Nướng khoảng 15 phút.

95. Vườn Pizza Tươi

Làm cho: 2

THÀNH PHẦN:
- Hai gói chả lưỡi liềm 8 ounce ướp lạnh
- 16 ounce pho mát kem mềm
- Mayonnaise, ⅓ chén
- $1\frac{1}{4}$ ounce hỗn hợp súp khô cho rau
- Quả mâm xôi, thái lát,
- Một chén ớt chuông hỗn hợp xắt nhỏ
- Một chén bông cải xanh và súp lơ trắng
- Nửa cốc mỗi loại cần tây và cà rốt xắt nhỏ

HƯỚNG DẪN:

a) Phân phối đều bột cuộn hình lưỡi liềm trên đáy chảo thạch.

b) Tạo lớp vỏ bằng cách dùng ngón tay chụm các đường nối lại với nhau.

c) Nướng khoảng 10 phút ở 400 độ F.

d) Trộn hỗn hợp pho mát kem, sốt mayonnaise và súp rau.

e) Chấm hỗn hợp sốt mayonnaise và rau củ lên trên.

f) Làm lạnh qua đêm.

96. Roma Fontina Pizza

Làm cho: 2

THÀNH PHẦN:
- Hai đế bánh pizza nướng sẵn 12 inch
- Muối biển, ½ muỗng cà phê
- Dầu ô liu, một phần tư cốc
- Tỏi, Một muỗng canh, nghiền nát
- Phô mai Mozzarella, 8 ounces, nạo
- Phô mai Feta, Nửa cốc, cắt nhỏ
- Phô mai Fontina, 4 ounce, nạo
- Phô mai Parmesan nạo, Nửa cốc tươi
- 8 quả cà chua Roma, thái lát
- 10 lá húng quế tươi, thái nhỏ

HƯỚNG DẪN:

a) Trộn muối, dầu, tỏi và cà chua rồi phết lên trên mỗi lớp vỏ bánh pizza.

b) Đặt phô mai Mozzarella và Fontina lên trên mọi thứ, sau đó là cà chua, húng quế, Parmesan và phô mai feta.

c) Nướng hoặc nướng trong khoảng 15 phút ở 400 độ F.

97. Fig, Taleggio và bánh pizza radicchio

Làm cho: 1 Pizza lớn

THÀNH PHẦN:
- Bột Pizza không nhào, 6 ounce
- Sung khô Mission, 3
- Quả óc chó, nướng và xắt nhỏ, hai muỗng canh
- Radicchio, cắt nhỏ, ½ đầu
- Rượu vang đỏ khô, Nửa cốc
- Dầu ô liu nguyên chất, hai muỗng canh
- Taleggio, cắt thành miếng, 2 ounce

HƯỚNG DẪN:
a) Đặt quả sung vào chảo cỡ vừa, đổ rượu vào và đun sôi.
b) Để quả sung ngâm trong ít nhất 30 phút, tắt lửa.
c) Để ráo nước, sau đó chặt thành miếng.

d) Phết bột với một muỗng canh dầu, tiếp theo là quả óc chó, radicchio, quả sung và pho mát.
e) Nướng trong 3 đến 4 phút.
f) Rưới phần dầu còn lại lên trên.

98. Marinara, rau arugula và bánh pizza chanh

Làm cho: 1 Pizza lớn

THÀNH PHẦN:
- 1 Bột cơ bản truyền thống của Ý
- Oregano khô, một muỗng cà phê
- Rau cải xoăn, ½ bó
- ½ quả chanh
- Hạt tiêu đen tươi
- Muối, nửa muỗng cà phê
- Bột cà chua, 2 chén
- Bột cà chua, một muỗng cà phê
- ớt đỏ mảnh, ¼ muỗng cà phê
- Phô mai mozzarella cắt nhỏ, 2 cốc
- Parmigiana nghiền, nửa cốc
- 1 tép tỏi, đập dập
- Một giọt dầu ô liu

HƯỚNG DẪN:

a) Làm nóng sốt cà chua trong chảo.

b) Thêm tỏi, lá oregano và bột cà chua và đun nhỏ lửa trong 15 đến 30 phút.

c) Thêm muối, hạt tiêu đen và hạt tiêu đỏ.

d) Loại bỏ tép tỏi.

e) Múc nước sốt vào giữa bột và phết bằng thìa cao su.

f) Top nước sốt với mozzarella.

g) Nướng khoảng 15 phút trong lò nướng bánh pizza 500°F.

h) Phủ arugula và phô mai Parmigiana lên trên chiếc bánh pizza đã hoàn thành.

i) Rưới một ít dầu ô liu nguyên chất lên rau xanh.

99. Pizza bốn pho mát/Quattro formaggi

Làm cho: 1 Pizza lớn

THÀNH PHẦN:
- Mozzarella, cắt nhỏ, 4 ounce
- 1 Bột cơ bản kiểu Ý
- 1 đầu tỏi nướng
- Mù tạt Dijon, một muỗng cà phê
- Provolone, cắt nhỏ, bốn ounce
- Hạt tiêu đen tươi nứt, 2 muỗng cà phê
- Pecorino, bào mịn, 2 ounce
- Dầu ô liu, Một muỗng canh
- Muenster, vụn, bốn ounce
- Hạt nhục đậu khấu, hai muỗng cà phê

HƯỚNG DẪN:

a) Định hình bột thành hình tròn có đường kính 14 inch.
b) Làm điều này bằng cách giữ các cạnh và cẩn thận xoay và kéo dài bột.
c) Nghiền nhuyễn các tép tỏi đã nướng với mù tạt Dijon và dầu ô liu.
d) Phết đều hỗn hợp này lên vỏ bánh.
e) Kết hợp tất cả các pho mát; sau đó, phân phối nó lên trên lớp vỏ.
f) Đặt hạt tiêu và hạt nhục đậu khấu.
g) Nướng/Nướng từ 16 đến 18 phút.

100. bánh pizza melanzan

Làm cho: 1 Pizza lớn

THÀNH PHẦN:
- 1 Bột cơ bản kiểu Ý
- Dầu ô liu, một phần tư cốc
- Rượu trắng (khô), Một chén
- 4 tép tỏi, băm nhỏ
- lá oregano xắt nhỏ, 2 muỗng cà phê
- Muối, ½ muỗng cà phê
- Sốt Pizza, nửa cốc
- Hạt tiêu đen tươi nứt, ½ muỗng cà phê
- 1 quả cà tím, thái thành dải
- Ricotta, ở nhiệt độ phòng, Một cốc
- Parmigiana, Grana Padano, hoặc Pecorino, bào mịn, 1 ounce
- Mozzarella, cắt nhỏ, 4 ounce

HƯỚNG DẪN:

a) Định hình bột thành hình tròn có đường kính 14 inch.
b) Làm điều này bằng cách giữ các cạnh và cẩn thận xoay và kéo dài bột.
c) Cho các dải cà tím vào chảo dầu nóng. Nấu trong 5 phút.
d) Cho lá oregano, tỏi, muối và hạt tiêu.
e) Cho rượu vào và khuấy liên tục trong ba phút.
f) Đặt lớp vỏ đã chuẩn bị với sốt pizza lên trên.
g) Cho hỗn hợp cà tím lên trên.
h) Trộn phô mai và rắc lên bánh pizza.
i) Nướng/Nướng từ 16 đến 18 phút.

PHẦN KẾT LUẬN

Bánh mì Ý tự làm phù hợp với mọi thứ. Sử dụng nó để làm bánh mì, crostini, pizza, chong chóng, phục vụ nó cùng với các món ăn cổ điển của Ý như lasagna, hoặc thưởng thức nó tươi ra khỏi lò nhúng trong dầu ô liu.

Cho dù bạn là một thợ làm bánh dày dạn kinh nghiệm hay mới bắt đầu, "Nghệ thuật làm bánh mì Ý" là cuốn sách dạy nấu ăn hoàn hảo cho bất kỳ ai yêu thích hương vị bánh mì mới nướng. Với các công thức nấu ăn dễ thực hiện và hình ảnh tuyệt đẹp, cuốn sách này sẽ trở thành cẩm nang hướng dẫn bạn cách nướng bánh mì Ý đích thực tại nhà. Vì vậy, hãy lấy tạp dề của bạn, làm nóng lò nướng trước và sẵn sàng lấp đầy căn bếp của bạn với mùi thơm ngon của bánh mì mới nướng!

www.ingramcontent.com/pod-product-compliance
Lightning Source LLC
Chambersburg PA
CBHW070350120526
44590CB00014B/1075